AF351720

अवती भवती

आसपास घडणाऱ्या, साध्या वाटणाऱ्या घटना-प्रसंगांचे नेमके, वाचनीय वर्णन

विजया राजाध्यक्ष

मेहता पब्लिशिंग हाऊस

All rights reserved along with e-books & layout. No part of this publication may be reproduced, stored in a retrieval system or transmitted, in any form or by any means, without the prior written consent of the Publisher and the licence holder. Please contact us at **Mehta Publishing House,** Pune 411030.

© +91 020-24476924 / 24460313

Email : production@mehtapublishinghouse.com

Website : www.mehtapublishinghouse.com

◆ *या पुस्तकातील लेखकाची मते, घटना, वर्णने ही त्या लेखकाची असून त्याच्याशी प्रकाशक सहमत असतीलच असे नाही.*

AVATI BHAVATI by Vijaya Rajadhyaksha

अवती भवती : विजया राजाध्यक्ष / कथासंग्रह

© विजया राजाध्यक्ष

Email : author@mehtapublishinghouse.com

प्रकाशक   : सुनील अनिल मेहता, मेहता पब्लिशिंग हाऊस,
                १९४१, सदाशिव पेठ, माडीवाले कॉलनी, पुणे – ४११०३०.

अक्षरजुळणी : इफेक्ट्स, २१/६ब, आयडिअल कॉलनी, कोथरूड, पुणे ३८.

मुखपृष्ठ   : सरदार जाधव

प्रकाशनकाल : १ फेब्रुवारी, १९८२ / पुनर्मुद्रण : डिसेंबर, २०१७

P Book ISBN 9789387319615

E Book ISBN 9789387319608

E Books available on : play.google.com/store/books
                www.amazon.in

प्रा. बी. बी. कुलकर्णी
आणि
सौ. सुनीता कुलकर्णी
यांना

अनुक्रमणिका

आरंभ

विंदा करंदीकरांची 'तेच ते' ही कविता कित्येक वर्षांपूर्वी वाचली त्या वेळीही आज आवडते तितकीच ती आवडली. आता तिच्यासंबंधी पुन्हा एकदा विचार करताना प्रश्न पडला आहे, त्या वेळी ती कविता आवडली म्हणजे नेमके काय आवडले? तिचा आशय? ते शक्यच नाही. कारण कवितेत सांगितलेली चाकोरी त्या वेळी जाणवत नव्हती. आयुष्यात नित्य नवे काही घडत होते असे नाही. 'तेच ते' होतेच; पण ते खटकत नव्हते. त्याचा कंटाळा येत नव्हता. 'तेच तेच आंबट सार' खाताना मनात तक्रार नसायची, त्याच वाटेने शाळा-कॉलेजात जाताना, त्याच मैत्रिणींना भेटताना उत्सुकता वाटायची. आयुष्यात याहून वेगळे काही असते याची जाणीवच नव्हती म्हणून की हे सगळे तात्पुरते आहे, त्यानंतर लवकरच वेगळे घडणार आहे याबद्दल खात्री होती म्हणून? कोण जाणे तेव्हा मन अधिक समंजस होते का? पण असे कसे म्हणावे?

मध्यंतरी काही वर्षे निघून गेली. या वर्षांत आयुष्य हळूहळू बदलत गेले आणि एखाद्या अरुंद रस्त्याच्या मिटलेल्या टोकापाशी येऊन थांबावे, तसे थांबले. समोर नवी वाटच नाही. मागे यावे आणि पुन्हा त्या टोकापाशी येऊन थांबावे. असे रोज. करंदीकरांना काय म्हणायचे आहे हे तेव्हा लक्षात आले! मर्ढेकरही तेच म्हणत होते, 'सकाळी उठोनी । चहा-कॉफी घ्यावी । तशीच गाठावी । वीज गाडी ॥' 'मी एक मुंगी...' खरोखरीच आयुष्य इतके कंटाळवाणे, नगण्य होऊन बसले होते. सुटका नव्हती.

हा कमी-अधिक प्रमाणात सर्वांचाच अनुभव; पण विशेषत: मुंबईसारख्या महानगरात राहणाऱ्या माणसांची सकाळपासूनच धावपळीला, धडपडीला सुरुवात होते. एक डोळा घड्याळावर ठेवून एकामागून एक कार्यक्रम उरकावे लागतात.

ठरलेली लोकल चुकली किंवा काही कारणाने वाटेतच अडकून पडली की, उरलेला सगळा दिवसच बिनसून जातो. माणसांचे, वाहनांचे, लोटच्या लोट वाहत असतात सकाळी एका दिशेने; संध्याकाळी विरुद्ध दिशेने. घरून निघताना थोडे ताजेतवाने दिसणारे चेहरे, घरी परतताना पार मरगळून गेलेले असतात आणि निघण्यापूर्वी जसे ठरावीक घडत असते, तसे परतल्यानंतरही. काल... आज... उद्या... काही फरकच नाही! तरीही, निदान वरकरणी तरी, सगळे कसे चैतन्याने खळखळत असल्यासारखे भासते! लोकलच्या गर्दीतही पत्त्यांचे डाव रंगतात, बारीकसारीक वस्तूंची खरेदी होते; पाट्या, दुकाने, खाद्यपदार्थांचे स्टॉल, मैदानात थाटलेले एखादे प्रदर्शन. जीवनाचे रंग उधळले जात असतात. मधूनच एखाद्या दुकानापाशी लागलेली रांग दिसते, आपल्या मागण्यांचे फलक घेऊन चाललेला एखादा मोर्चा दिसतो, एखादी ठोकर खाल्लेली टॅक्सी किंवा खासगी गाडी दिसते; पण माणसे यासंबंधीही उत्साहाने बोलत असतात! तसे करावेच लागते. कोणत्याही प्रश्नाविषयी फार विचार करणे परवडत नाही. मरणाचा विचार तर मनातून काढूनच टाकावा लागतो. जगताना हे व्यत्यय नको असतात! विचार करायला वेळ तरी कोठे असतो?... सगळा भासच असेल कदाचित; पण त्यात रंगले पाहिजे; पण रंगता रंगता, अचानक, मनात एखाद्या श्वापदासारखा दबून बसलेला कंटाळा अवघ्या अस्तित्वावर झडप घालतो. सगळे नकोसे वाटते. काहीतरी नवे घडावे अशी ओढ लागून राहते; पण काय?

त्या दिवशी अशीच कंटाळलेली होते. बाहेर चाकोरी, तशी घरीही चाकोरी. देवळातल्या घंटेप्रमाणे दाराची घंटाही एकसारखी वाजत असते. सकाळपासून दार उघडण्याचेच काम. घड्याळाकडे पाहावे आणि कोण आले असेल याचा अचूक अंदाज बांधावा. क्रम ठरलेला असतो. पेपरवाला, पाववाला, मोलकरीण, कचरा नेणारा, शेजारपाजारचे कोणीतरी... घंटेचा आवाज आणि पाठोपाठ त्यांचे आवाज. आवाजच आवाज. त्यात मनात घुमणारा एखादा शब्द, एखादा स्वर, संपूर्णपणे हरवून जातो. कधी चिडचिड होते, कधी हे सगळे अटळ आहे हे कळून चुकल्यामुळे तटस्थपणाही आलेला असतो. त्या दिवशी कोणत्या मन:स्थितीत होते कोण जाणे. दार उघडणे हे धृपद. अधूनमधून इतर कामांची कडवी! झाडांना पाणी घालणे हे असेच एक काम. घरात जरा हिरवेगार असावे म्हणून चार कुंड्या ठेवलेल्या; पण त्यांच्याकडे ढुंकून पाहायला सवड नाही अशी परिस्थिती! पाणी घालता घालता एखाद्या झाडाची पाने सुकत चालली आहेत, गोकर्णीच्या वेलीवर एखादे जांभळे फूल उमलले आहे, याकडे लक्षही जात नाही. सगळे इतकेच यांत्रिक! पण त्या दिवशी, कसे कोण जाणे, लक्ष गॅलरीमधील मनीप्लॅंटकडे गेले. ते आणल्यापासून वाढलेच नव्हते. मनात असेही यायचे की, इतर काहीजणांकडे कसा त्याचा विस्तार

होतो? आपल्याकडेच का नाही? पाणी घालताना मनात संदिग्धपणे तोच प्रश्न; पण आज मनीप्लॅंट निरुत्तर नव्हते. त्याला दोन नवी पाने फुटली होती! एक अगदी लहान, पूर्ण उलगडलेले, कोंब लसलशीत; दुसरे कोंबासारखे. मला एकदम वाटले, नेहमीच्या आयुष्यात ही काहीतरी नवी भर पडली आहे! ही पाने किती निमूटपणे आली. त्यांनी येताना घंटा वाजवली नाही. मला अलीकडे घंटा वाजवत येणाऱ्या अनुभवांची, माणसांचीच दखल घेण्याची सवय जडली आहे का? इतके अबोल, इतके तरल, काही भावतच नाही? हा चाकोरीने दिलेला शाप?

पण त्या पानांनी उ:शाप दिला आणि सगळे बदलून गेले. एक नवेच दर्शन : स्वतःचे आणि भोवतालचेही. अवती भवतीची माणसे तीच असतील; पण त्यांच्या आयुष्यातील घडामोडी? पुरेसे निरोगी कुतूहल दाखवले, तर त्यांच्यासंबंधी नवे काही कळू शकेल. एक भिकारी भीक मागत असतो; पण त्यापूर्वी आजूबाजूच्या मंडळींना, आपली दर्दभरी कहाणी सुनावत असतो, त्यांच्या भावनांना आवाहन करतो आणि मग हात पुढे करतो! ही कहाणी खरीच, त्याने जुळवलेली की कोणीतरी जुळवून दिलेली? हायकोर्टासमोर दुपारी साडेबाराच्या सुमारास एकजण मोठा टिफिन-कॅरिअर घेऊन बसलेला असतो. टॅक्सीवाले तेथे थांबतात व खातात. हे त्याचे ठरावीक गिऱ्हाईक की तो मलाही देईल? विचारून पाहायला काय हरकत आहे? संवाद सुरू केला पाहिजे; इतरही कदाचित अशा संवादाला उत्सुक असतील. एकदा संवाद चालू झाला की, नवी माणसे भेटतील, नव्या घडामोडी कळतील.

खरे म्हणजे, स्वतःशीही कित्येक दिवसांत संवाद केलेला नाही. एक प्रकारच्या चक्रातच सापडले होते. एक काम हातात घेतले आहे. ते संपविल्याखेरीज दुसरे काही करायचे नाही असे ठरवले होते; पण त्या चक्रात असतानाही काही कमी मिळाले नाही. नवी ठिकाणे पाहिली, नवी माणसे भेटली. हे सगळे त्या कामाशी जोडून घेतल्यामुळेच, त्यातील नवेपण जाणवले असेल कदाचित; पण आता काम संपल्यावर त्याकडे वळून पाहायला काय हरकत आहे? ते मनावरून घरंगळून जाण्यापूर्वीच. ते अजून मनाच्या अवती भवती आहे. मर्ढेकरांच्या कवितेसारखेच. मनीप्लॅंटच्या पानांसारखे अबोलपणे फुटलेले. घंटा नकोत ना? मग हे नि:शब्द संभाषण ऐकता आले पाहिजे. त्या पानांकडे पाहता पाहता आठवू लागले, ऐकता येऊ लागले, दिसूही लागले.

ती पाने माझ्याकडे पाहत होती. मला काहीतरी सांगत होती. त्यांचे लसलशीत हिरवेपण हळूहळू माझ्या अंगात भिनू लागले होते. एक नवा जन्म मिळत होता. मनावर दाटलेले मळभ निवळत होते. आकाश स्वच्छ होत होते. त्या निवळेपणात

स्वतःला लपेटून घेताना कितीतरी आठवू लागले, स्वतः अनुभवलेलेच; पण काही परिणाम न करताच, पानावर बसलेल्या अळीसारखे मनावर थबकून राहिलेले. आता मनाची पाने मोकळी, हिरवी झाली; सळसळू लागली. या चाकोरीत, चक्रात असताना ही सळसळ थांबली होती.

काही महिन्यांपूर्वी टी. व्ही.वर पाहिलेला एक कार्यक्रम. 'आमची माती, आमची माणसे' हे नाव. एका कुंभाराची मुलाखत घेतली जात होती. त्याला मुलाखत घेणाऱ्याने विचारले, "तुम्ही तुमच्या मुलाला शाळेत का घातले नाही? तुमच्या शेजाऱ्याच्या मुलाप्रमाणे त्यानेही वेगळा व्यवसाय करावा असं तुम्हाला वाटत नाही?"

तो म्हणाला, "मुळीच नाही. त्यांचा स्वतःवर विश्वास नाही. हे काम करता करताच आपण काही मिळवू शकू असे त्यांना वाटत नाही... म्हणून ही थेरं!" साधा अशिक्षित माणूस पण किती चांगले, प्रेरक बोलत होता! आणि किती चांगले मराठीही! विचार तर झपाटतात-ताकदीने वापरले असले तर! – 'सीमाबद्ध' या शंकरच्या बंगाली कादंबरीचे इंग्रजी भाषांतर वाचत होते; 'कंपनी लिमिटेड.' इतकी पारदर्शक, नेमकी भाषा. मूळ कादंबरीकाराचीच; पण भाषांतरातही उतरलेली भाषेची एखादी चमकदार लहर, एखादी मोड. मराठीत ती दुर्मिळ का होत चालली आहे? शब्द बोलके असतात, तसे विरामही! 'किनारा' या गुलजारच्या चित्रपटातील एक विलक्षण गीत आठवले. 'कोई नही है कही...' आणि पुढील शब्द कानांवर येण्यापूर्वी एक दीर्घ विराम. घुसमटून टाकणारा. चित्रात मोकळ्या जागा तसे गीतांत, कवितांत हे विराम. शब्दांहून अधिक बोलके... असे दिसू लागले. शब्द, सूर ऐकू येऊ लागले. मागरिट घूराची 'अ व्हेरी लाँग ॲबसेन्स' नावाची एक सुंदर चित्रपटकथा आहे. तिच्यात विस्मरणाचा अनुभव केंद्रस्थानी आहे. त्या युद्धावर गेलेल्या सैनिकाचे विस्मरण दुर्दैवाने कधी संपलेच नाही... माझे मात्र संपले. त्या कोवळ्या हिरव्या पानांमुळे वाटले, अवती भवती घडणारे हे सगळे 'तेच ते' नसते... ते मनात रुजते आणि मग मनही त्या मनीप्लँटसारखे अबोलपणे विस्तारत राहते...

संवाद

संवाद अनेकांशी होऊ शकतो. काही वेळा आपण ज्या टॅक्सीत बसलेले असतो, त्या टॅक्सीच्या ड्रायव्हरशीही; पण असे प्रसंग फार येत नाहीत. कारण आपण मुळात टॅक्सीच कमी वेळा करतो. म्हणजे आपण मध्यमवर्गीय माणसे. घरातून बाहेर पडल्यावर सराईतपणे टॅक्सीला खूण करणारी माणसे वेगळी. ती सहसा मध्यमवर्गीय असत नाहीत. मध्यमवर्गीय कोण? जो बसची वाट पाहून पाहून कंटाळतो, थकतो आणि मग टॅक्सी करण्याचा निर्णय घेतो तो! आणि टॅक्सीत बसल्यावरही. तेवढ्यात आपल्याला हवी होती ती बस आली असेल का, हे पाहण्यासाठी ज्याची नजर मागे असते तो! मनात हळहळ, अस्वस्थता असते. कधीकधी घरी किंवा दुसऱ्या एखाद्या ठिकाणी पोहोचण्याची घाईही! अशा परिस्थितीत संवाद कोठून करणार?

म्हणून टॅक्सी ड्रायव्हरशी होणारे आपले संभाषण अगदी ठरावीक असते. 'अमूक अमूक ठिकाणी चलो' ठिकाणाच्या जवळपास येऊन पोहोचल्यावर दिग्दर्शक : लेफ्ट किंवा राइट, कधी वळण घ्यायचे नसेल तेव्हा, 'सीधा चलो.' मनात शंका, सीधा की सीधे? मागे कोणीतरी 'सीधे' म्हणाले होते. मग आपल्या तोंडून पटकन् आणखी एक शब्द निघून जातो... स्ट्रेट! आपल्या हिंदीपेक्षा आपल्या इंग्रजीची आपल्याला जास्त खात्री असते! मी अनेक वेळा 'सीधा'च्या मागोमाग 'स्ट्रेट' हा शब्द वापरल्यानंतर मला प्रतिशब्दांच्या उपयोगविषयीचे एक तत्त्व उमगले. शब्दांच्या अचूकपणाविषयी खात्री नसते तेव्हा आपण आठवणीतले तसे प्रतिशब्द, विशेषणे वापरत राहतो. लेखकसुद्धा हेच करतात! आणखी एक गंमत. त्या टॅक्सीड्रायव्हरला कदाचित मराठी येत असेल, असे आपल्या मनातसुद्धा येत नाही.

हॉटेलात किंवा टॅक्सीत हिंदीतच बोलायचे असा संकेत! ...त्यामुळे टॅक्सी

थांबल्यावर आपण विचारतो, 'कितना हुआ?'

भाडे चुकते करताना आणखी एखाद्या हिंदी वाक्याची फेक. 'छुटा है क्या?' वगैरे...

आणि मग आपण चालू लागतो. इतके तात्पुरते, औपचारिक संभाषण. याला संवाद म्हणत नाहीत.

यात आपले काही चुकत असेल असे मला कालपरवापर्यंत वाटत नव्हते. दीड-दोन वर्षांपूर्वी पी. एल. एकटेच आले होते. त्यांना निरोप देण्यासाठी आम्ही खाली टॅक्सीपर्यंत गेलो. ते दार उघडून ड्रायव्हरजवळच्या सीटवर बसले. एखाद्या लिफ्ट देणाऱ्या, खासगी मोटारीच्या मालकाशेजारी बसावे तसे! म्हणाले, ''ही आमची नेहमीची सीट! पाल्यार्पर्यंतचा प्रवास, तो अबोलपणे कशासाठी करायचा? चार गोष्टी बोलत जावे.'' या वृत्तीमुळेच तर त्यांना वेगवेगळी माणसे टिपता आली. त्या वेळी माझ्या लक्षात आले की, आपल्यालाही हेच करता येईल. टॅक्सीवाले मुद्दाम लांबच्या रस्त्याने नेतात, एकट्या दुकट्या बाईला टॅक्सीत धोका असतो वगैरे पूर्वग्रह बाजूला ठेवावेत. ते नेहमीच खरे नसतात; म्हणून ड्रायव्हरकडे यंत्र चालवणारे एक यंत्र म्हणून न पाहता माणूस म्हणून पाहावे. त्याच्याशी आपल्या भाषेत बोलावे; लगेच संवाद सुरू होतो. प्रवास सुखकर होतो. माणसामाणसांतील नातेसंबंधांचे एक विशिष्ट रूपही हळूहळू कळू लागते. एकत्र यायचे, चार क्षण आनंदात घालवायचे आणि वेगळे व्हायचे. कोणतेही उपचार नाहीत. मला तर अलीकडे अशा 'फ्रीलान्स' नातेसंबंधांचेच आकर्षण वाटू लागले आहे. तो सर्वांत सुंदरपणे जुळून येतो विद्यार्थ्यांशी. त्यात केवढे मोकळेपण, स्वातंत्र्य असते! या नातेसंबंधांचे रूप अधिक उमगण्यासाठी टॅक्सीत घालवलेले चार क्षण उपयोगी पडतात. तेथेही माणसे असतात. जीवन असते... चिंता, प्रश्न योगायोग सर्व काही असते.

हे कळ्ल्यावर मागचे पुष्कळ आठवू लागले. तीन-चार वर्षांपूर्वी मला असाच एक 'माणूस' भेटला. गणपती विसर्जनाचा दिवस. गर्दीत सापडू नये अशा बेताने कॉलेजातून निघाले होते. 'ग्लॅक्सो'च्या स्टॉपपर्यंत सुरळीतपणे आले आणि तेथे नेमकी बस बंद पडली! हे अत्यंत खतरनाक ठिकाण. दुसरी बस मिळणे कठीण; त्या दिवशी तर ते फारच कठीण होते. जो तो रिकाम्या टॅक्सीसाठी टपलेला. एकही रिकामी नव्हती. मी प्रभादेवीपर्यंत चालत आले. तेथे दोन-तीन ख्रिश्चन बायकांनी एक टॅक्सी पकडली होती. त्यांना विनंती करून त्यांच्या टॅक्सीत घुसले. माहीमपर्यंत जायचे होते. माहीम आल्यावर मीही त्यांच्याबरोबर भाड्याचा हिस्सा देऊन उतरले.

पुढे काय? शेवटी धीर करून आणि नकार मिळणार हे गृहीत धरून त्याच टॅक्सी ड्रायव्हरला विचारले, ''वांद्र्यापर्यंत येणार?''

झोपेत व अडचणीत माणूस मातृभाषा बोलत असावा! आश्चर्य म्हणजे ड्रायव्हरला मराठी येत होते. त्याने जरा विचार केला.

नंतर म्हणाला, ''बसा. या गर्दीत चालत कुठे जाणार?''

आम्ही निघालो. तोच बोलत होता. त्यावरून त्याला वांद्र्यापर्यंत येणे किती गैरसोयीचे आहे हे कळत होते. माझ्या मनातील कृतज्ञतेने मलाही बोलके केले. संवाद सुरू झाला. टॅक्सी घरापाशी थांबल्यावर नुसते पैसे देऊन माझ्या मनाचे समाधान होईना.

मी म्हटले, ''वर येऊन चहा घेऊन चला.''

तो आला, पंधरा मिनिटे बसला आणि गेला. कोण होता तो; देव जाणे! पण 'माणूस' होता हे निश्चित!

आणखी एक प्रसंग आठवतो. त्या दिवशी आधीपासून ठरवून टॅक्सी केली होती. ड्रायव्हर बोलका होता. आपल्याविषयी, आपल्या मुला-माणसांविषयी सांगत होता. मला त्यात रस वाटत होता. रस्त्यात कोठेतरी वाहनांचा गुंता झाला. टॅक्सी थांबली. पलीकडे एक शानदार मोटार. ड्रायव्हरने पाहिले आणि हात केला. मोटार मालकही हसला. ड्रायव्हरने त्याला 'पुढच्या आठवड्यात येतो.' असे सांगितले. सिग्नल मिळाला.

टॅक्सी चालू झाली. मी 'मोटारीत कोण होते?' असे कुतूहलापोटी विचारणार, एवढ्यात त्यानेच सांगितले, ''ते आमचे पूर्वीचे मालक. त्यांची टॅक्सी चालवत होतो. ही स्वतःची आहे. चार वर्षे झाली; पण अजून त्यांच्याकडे येतो-जातो...''

दोघेही आपापल्या वाहनात शेजारी शेजारी यावेत हा एक योगायोगच होता. मी तो पाहिला. मराठी कथा-कादंबऱ्या आणि हिंदी चित्रपट यांच्या विषयीचे माझे मत त्या दिवशी जरा बदलले! एकदा योगायोग ही गोष्ट मान्य केली की, मग प्रश्न फक्त तपशिलांचाच उरतो! टॅक्सीची दुसरी एक मोटार आणि ड्रायव्हरची नायिका केली की, वास्तव संपून साहित्य सुरू होते!

दिवसेंदिवस टॅक्सी महाग होत चालली आहे; घाई असली किंवा बस मिळाली नाही तरी, टॅक्सी करणे परवडत नाही. फार तर किमान भाडे देणे परवडते; पण तेवढ्या कमी अंतरासाठी टॅक्सीवाले येत नाहीत. कुरकूर करतात, क्वचित अपमानही! त्यामुळे मन जरा घट्ट ठेवावे लागते. त्या दिवशी इलाजच नव्हता. गर्दी होण्यापूर्वीची बांद्रा लोकल पकडायची होती. तेवढ्यात चर्चगेटपर्यंत पोहोचणे शक्य नव्हते. मी टॅक्सीसाठी हात वर केला, टॅक्सी थांबली.

जरा ओशाळवाणे होऊन सांगितले, ''चर्चगेट.''

तो सांगत होता, ''हल्ली गिऱ्हाईक मिळत नाही. मोठी भाडी देणारी गिऱ्हाइकं थोडी. ती नेहमीच अन् सर्वांच्याच वाटच्याला येतात असं नाही; त्यामुळे आमची गुजराण चालते ती तुमच्यासारख्या लहान भाडी देणाऱ्या लोकांवर!''

टॅक्सी न करणारे, लहान भाडी देणारे, असे त्याचे वर्गीकरण होते. ते मला नवीन होते; पण एकदा हे अर्थशास्त्र कळले आणि माझा आत्मविश्वास वाढला. आता लहान अंतरासाठी टॅक्सी थांबवताना तेवढे ओशाळवाणे वाटत नाही.

पण खात्री नसतेच. विशेषत: वांद्र्याच्या पूर्वेला येताना. मग नुसतेच 'वांद्रा' असे मोघम सांगायचे; पण वळण आले की, रहस्य फोडावेच लागते. मग सांगायचे,

''उजवीकडे घ्या. कलानगर!'' बहुतेकजण 'घात झाला!' असा भाव चेहऱ्यावर आणतात; पण एकजण 'कलानगर' असे सांगितल्यावर वळता वळता म्हणाला, ''हा हा, काळानगर!''

तो गालातल्या गालात हसत होता. मी अस्वस्थ. कलानगरपाशी आल्यावर मला 'साहित्य सहवास' असे सांगवेना. म्हटले काहीजण या कॉलनीला 'झोपडपट्टी' म्हणतात, हे त्याच्या कानावर गेले असले तर? जरा अलीकडेच उतरावे हे बरे! असे टॅक्सीवाल्यांचे एक अर्थशास्त्र असते आणि कलास्वरूपशास्त्रही! ते पचवायची तयारी असेल तरच आपली ओळख सांगावी, नाही तर गप्प बसावे.

पण गप्प का बसावे? विनोदबुद्धीच्या बळावर संवाद चालूच ठेवावा. इतरांची ओळख करून घ्यावी तशी स्वतःचीही करून द्यावी. माफक, तात्पुरती. या सवयीतून आपल्यालाच आपली, आयुष्याची ओळख होत जाते. सगळ्या कला आणि शास्त्रे यांना असलेले आपल्या आयुष्याचे संदर्भ कळत राहतात. नवी चित्रे मनावर उमटतात. ती संपूर्ण 'एक्स्पोजर' दिल्याखेरीज कशी उमटणार?

प्रवास

घरातून बाहेर पडताना अतिशय घाई झालेली असते. गाडीला अजून वीस मिनिटे आहेत. तेवढ्या वेळात सहज स्टेशनवर पोहोचू शकू, अशी घड्याळात पाहून खात्री करून घेतलेली असली तरी, वाट चालत असताना जिवात जीव नसतो. मनात एकसारखा 'घरात काय करायचे राहिले' याचा हिशेब; पण वाट जसजशी संपत येते, तसतसा कॉलेजात काय काय करायचे आहे यासंबंधीचा विचारच बळावू लागतो. पुष्कळ काही करायचे असते. 'गाडीत त्यासंबंधी विचार करू, थोडे कामही करू, निदान थोडी विश्रांती घेऊ' अशी उमेद असते. आता अर्धा-पाऊण तास मी माझी सांगाती, अशी भावना केवढी सुखावणारी! गाडीचा डबा हे एक वेगळेच जग. तेथे कोणाला दार उघडावे लागत नाही, कोणाचे आतिथ्यही करावे लागत नाही. आत शिरता आले तर शिरा. जागा मिळाली तर बसा. थोडक्यात, तुमचे तुम्ही पाहून घ्या. एकाच डब्यातून प्रवास करत आहोत हा एक योगायोग! एरवी तुमचा माझा काही संबंध नाही!

या अलिप्त भूमिकेला साजेशी अशी कोपऱ्यातली एखादी जागाही मिळते. असेल थोडीशी गर्दी, थोडासा कलकलाट; पण आपण कशात गुंतायचे नाही. वाचन, चिंतन वगैरे करायचे. घरातून बाहेर पडताना तसा घोर निश्चय केलेला असतो ना?

पण हा निश्चय मला एकही दिवस पार पाडता आलेला नाही. गाडी चालू होते. एक-दोन मिनिटे बरी जातात. तेवढ्यात पुढचे स्टेशन येते. दहा-बारा वर्षांच्या मुलांचा एक तांडा डब्यामध्ये घुसतो. गाडी सुटली की, पोरे इकडेतिकडे फिरू लागतात. कोणाच्या हातात रुमाल असतात, कोणाच्या हातात कंगवे, पिना,

नेलकटर; असेच काहीकाही. डब्यातल्या निदान दहा-पंधरा बायकांना यातील एखादी तरी वस्तू हवी असते. पोरे त्यांच्यापुढे उभी राहतात. सौदा सुरू होतो. मग मलाही आपले बरेच रुमाल अलीकडे हरवले आहेत, नखे वाढली आहेत, असे काहीतरी आठवते आणि मी त्या सौद्यात सहभागी होते. हे जाताना. येताना संध्याकाळ झालेली असते. विश्रांती हवी असते; पण डब्यातून चिवडा-वेफरची पाकिटे घेऊन पोरे फिरत असतात. पेरू, चिक्कू यांचीही जोरात विक्री होत असते. कधी एखादी बाई डब्यातून घरगुती वडे आणते. तो खमंग वास भूक प्रज्वलित करतोय असे वाटते. घरी गेल्यावर वेळ होईल की नाही कोणास ठाऊक! आत्ताच थोडे खाऊन घ्यावे. निदान एखादा पेरू तरी! खाल्ल्यावर बरे वाटते. डब्यात एक छोटासा बाजारच भरला आहे. याबद्दल तक्रार करावीशी वाटत नाही. वाटते, असे छोटेछोटे बाजार हवेतच. मुद्दाम उठून कुठे जायला वेळ आहेच कुठे? हे ओळखूनच की काय, मुंबईमध्ये खाद्यपदार्थांचे, इतर वस्तूंचे बाजार वाढू लागले आहेत. येता-जाता केव्हाही खरेदी करावी!

खरेदीला वेळ नसतो, तसा करमणुकीलाही. हौस खूप असेल; पण रांगेत उभे राहून तिकिटे कोणी काढायची? तो करमणुकीचा कार्यक्रम संपल्यावर बससाठी कोणी ताटकळायचे? म्हणून मग येता-जाता होणारी करमणूक पदरात पाडून घ्यायची! डब्यातल्या डब्यात तुम्ही वेगवेगळ्या प्रकारचे 'कलानुभव' घेऊ शकता. ते देणारी कलावंत भिकाऱ्यांची एक नवी जात अलीकडे मुंबईत उदयाला आली आहे.

हे भिकारी तुम्हाला इतर कोठे भेटणार नाहीत. इतर ठिकाणी भेटणारे भिकारी वेगळे. शारीरिक व्यंगाचे भांडवल करून भीक मागताना भेटणारे. त्यांच्याबद्दल कधी सहानुभूती वाटतेही आणि कधी नाहीही. कधी ते फार लोचटपणा करतात, कधी त्यांचा सोंगाडेपणा लक्षात येतो. मग झोळीत, थाळीत काही टाकले जाते ते केवळ नाइलाजाने. डब्यामधील भिकाऱ्यांचे तसे नसते. त्यातील काही प्रामाणिक असतात. त्यांना तुमचा 'आर्थिक प्रतिसाद' हवा असतो; पण ते त्याबद्दल कोणतीही सक्ती करत नाहीत. काय द्यायचे असेल ते द्या. मला विशेष कौतुक वाटते ते डब्यात अधूनमधून भेटणाऱ्या तीन आंधळ्यांचे. त्यांचा एक गट आहे. एकाच्या गळ्यात तबला असतो, दुसऱ्याच्या गळ्यात पेटी आणि तिसरा गात असतो. एकमेकांना साथ देत ते फिरतात. गाणे संपले की, जे काही मिळेल ते गोळा करून पुढच्या स्टेशनवर उतरतात! दर खेपेला वेगळे गाणे असते आणि ते बरेचसे सुरात असते. काही तुमची करमणूक करत असल्याचा भास निर्माण करून भीक मागतात. डब्यात गाण्याप्रमाणेच नृत्याचाही नमुना पाहायला मिळतो. विशेषत: शुक्रवारी. तोंडाला भडक गुलाबी रंग फासून

कोवळ्या पोरी नाचतात. कंबर लचकत नाचतात. त्यांच्या तोंडी गाणे असते ते संतोषी मातेचे; पण त्यांचे आणखी एक दैवत आहे. 'शिरडीवाले साईबा ऽबा...' श्रोत्यांना जे अपील होईल ते त्यांनी स्वीकारावे आणि पैसे टाकावे. भाविकांना; आणि म्हणून कमाईला तोटा नसतो; पण पाखंडी श्रोत्यांचे, प्रेक्षकांचे काय? त्यांचे मन वळवण्याचा प्रयत्न होतो. तो कधीकधी साफल्यही पावतो!

पण गाणे काय किंवा नाचणे काय, या झाल्या जुन्या कला. काही नव्या कलाही आहेत. उदाहरणार्थ, कथाकथन. त्यांना कितपत आश्रय दिला जातो, हे पाहायला नको? अधूनमधून तेही केले जाते. एकदा एक पांढरपेशा दिसणारा माणूस डब्यात शिरला. खंगल्यासारखा दिसत होता. दाढी थोडीशी वाढलेली, आवाजही या अवताराला साजेसा. थोडा क्षीण, थोडा गहिवरलेला. त्याने आम्हा भगिनींच्या समाजाचे श्रोतृसमाजात रूपांतर केले व एक कथा सांगायला सुरुवात केली. कथेचा सारांश हा की, त्याचे बऱ्यापैकी चालले होते; पण एकाएकी संकट आले. सगळी धूळधाण झाली. अन्नान्नदशा; पण स्वाभिमान जागा. भीक नको. थोडीशी मदत करा. चार पैसे जमतील. त्या भांडवलावर एखादा छोटा धंदा करेन वगैरे! या कथाकथनाला दाद मिळाली! सगळ्यांकडून नव्हे; पण काहीजणांकडून. कोणी यांत्रिकपणे पैसे दिले असतील, कोणी कथा सांगण्याची शैली आवडली म्हणून, तर कोणी ती कथा खरी वाटली म्हणूनही. असे श्रोते मोजके असतील; पण त्यांचे अस्तित्व मान्य करण्याखेरीज गत्यंतर नाही.

हे सगळे न्याहाळत असताना, त्यातून थोडे रंजन साधून घेत असताना, माझ्या मनात वेगळेच विचार घोळत असतात. त्या आंधळ्यांच्या तोंडी कोणती गाणी आहेत? त्या पोरींसमोर नाचताना कोणाची प्रतिमा आहे? 'शिरडीवाले ऽऽ' ची मूळ चाल कोणत्या गाण्याची? त्या कथाकथकाने ही कथा जुळवताना कोणते 'प्रतिभासाधन' वाचले असेल? किंवा त्या तंत्राबरहुकूम लिहिलेल्या कोणाच्या कथा? कारण ते सगळेच 'स्वयंभू' वाटत नाहीत. कोणाकोणाचे 'संस्कार' जाणवतातच! या प्रश्नांची उत्तरे शोधताना समाजात नेमके काय काय झिरपले आहे यांचा अंदाज येतो. 'कुर्बानी' किंवा असाच एखादा धडाक्यात चालू असणारा चित्रपट, हेलनसारखी एखादी नर्तिका, कृत्रिम साहित्य! हे भिकारी अनुकरण करतात आणि आम्ही प्रतिसाद देतो. लोकलच्या डब्यात एकंदर समाजाच्या अभिरुचीचे अशा प्रकारचे दर्शन घडत असते. ही अभिरुची अधिकाधिक खालावत चालली आहे काय? अशी शंका येते खरी. ना. ग. गोरे यांच्या 'भिकारी' या सुंदर ललित लेखाची येथे आठवण होते. त्यांच्या काळातले ते 'भिकारी' कोण होते? ते होते अस्सल लोककलावंत. आज एका विशिष्ट क्षेत्रात लोककलांच्या पुनरुद्धाराची भाषा बोलली जाते, लोकसाहित्याचा अभ्यास चालू आहे; पण आजच्या लोकांच्या कला व साहित्य एक वेगळेच रूप

धारण करत आहेत. ते आपल्या सवंग, दिखाऊ संस्कृतीचे प्रतिबिंब दाखवत आहेत. मनात येते, आणखी आठ-दहा वर्षांनंतरचे भिकारी कसे असतील? पॉप म्युझिक म्हणणारे? डिस्को डान्स करणारे? कोण जाणे ते लोकप्रिय झाले तर, तेच झिरपेल. त्याच उद्याच्या 'लोककला' होतील! मनात असे पुष्कळ काही येत राहते आणि मग जाणवते की, आपल्याला जे चिंतन वगैरे करायचे होते तेही जाताजाता होऊन गेले की! डबा हा कधी बाजार, कधी थिएटर, कधी चिंतनाचे ठिकाणही! आणि हे सगळे काही माझ्याच मनात येते असे नाही. प्रवास करणाऱ्या इतरांनाही असेच काही वाटत असेल. आम्ही वेगवेगळ्या जागांवर बसत असलो तरी, एकाच डब्यात असतो; त्यामुळे एकमेकांमध्ये एक अदृश्य नाते निर्माण झालेले असते.

या नात्याची मला स्पष्ट जाणीव देणाऱ्या एका प्रसंगाबद्दल सांगते.

गर्दीची वेळ टळून गेली होती; त्यामुळे त्या दिवशी डब्यात भरपूर जागा होती. नेहमीसारखा कलकलाट नव्हता. येथे धंदा चांगला होणार नाही हे जाणूनच की काय, विक्रेती पोरेही नाहीशी झाली होती; त्यामुळे शांतता. येथे-तेथे विखुरलेल्या बायका. कोणी विणत होती, कोणी मासिक वाचत होती, कोणी एखादी डुलकी घेत होती. मला वाटले, डब्यात काम करण्याचे किंवा विश्रांती घेण्याचे माझे स्वप्न आज साकार होणार! म्हटले, सुरुवातीला थोडी विश्रांतीच घ्यावी. सुखाने डोळे मिटले. पेंग आली. या स्थितीत किती स्टेशने गेली कोणास ठाऊक. मी अर्धवट गुंगीत होते. तेवढ्यात पलीकडे बसलेल्या बाईचा ओरडा ऐकू आला. मी खाडकन् डोळे उघडले. इतर बायकाही आपापली कामे टाकून तिच्याकडे पाहत होत्या.

ती सांगू लागली, ''मी येथे अशीच बसले होते. गाडी सुटणार इतक्यात मेला कोठून आला, कोण जाणे. त्याने गळ्यातले मंगळसूत्र खेचले अन् नाहीसा झाला. तेवढ्यात गाडी सुटली. आता काय करू? तो सापडणार तरी कसा?''

तिच्या डोळ्यांत पाणी होते. इतका वेळ आम्ही एकमेकींशी बोलत नव्हतो; पण ही हकिगत ऐकल्यावर मात्र बोलू लागलो. उरलेला प्रवास त्यासंबंधी बोलत-बोलतच केला. प्रत्येकीच्या मनात, हे आपल्या बाबतीतही होऊ शकले असते हाच विचार होता. त्या विचाराने आम्हाला जवळ आणले होते.

तेव्हापासून प्रवासात आपण एकटे असतो हा विचार मी डोक्यातून काढून टाकला आहे. एकाच बाजारात खरेदी करणारी, एकाच कलेचा 'आस्वाद' घेणारी आणि मुख्य म्हणजे, एकाच धावपळीचे असुरक्षित आयुष्य जगणारी आम्ही माणसे, एकमेकांपासून वेगळी असणे कसे शक्य आहे?

काणेकरांचा आवाज

दोन डिसेंबर. सकाळपासून चुकल्यासारखे वाटत होते. आपण काहीतरी विसरलो आहोत, अशी भावना मनात होती; पण नेमके काय, ते आठवत नव्हते. अस्वस्थपणे गॅलरीत गेले. आमच्या कॉलनीचे आवारही सुनेसुने वाटू लागले. असे कसे? एरवी कितीतरी मंडळी येता जाताना दिसतात. येथे राहणारी, बाहेरून येणारी. दोन डिसेंबरला ही वर्दळ वाढलेली असते... आणि मग एकदम आठवले, दोन डिसेंबर हा काणेकरांचा वाढदिवस. गेल्या वर्षापर्यंत हा दिवस गजबजलेला असायचा. काणेकरांचे स्नेही, विद्यार्थी आवर्जून यायचे. कोणाच्या हातात फुले, कोणाच्या हातात एखादी भेटवस्तू, रमेश तेंडुलकर काणेकरांना आवडणारे चिकन पॅटीस, एका विशिष्ट दुकानातून दरवर्षी न चुकता आणायचे म्हणे. या वर्षी हे काही नाही. या वर्षी काणेकरच नाहीत! इतक्या गतिमान, चैतन्यशील व्यक्तिमत्त्वाला मृत्यू स्पर्श करू शकेल, असे कोणाला वाटले होते? पण मृत्यूने तो चमत्कार करून दाखवला. काणेकर गेले. फक्त त्यांची छायाचित्रे मागे उरली. ज्यांनी काणेकरांना पाहिलेले नाही, त्यांनाही ही छायाचित्रे पाहून काणेकरांना भेटल्यासारखे वाटेल; पण ही मूक भेट. त्या भेटीत काणेकर बोलणार नाहीत. त्यांचा आवाज ऐकू येणार नाही. आवाजाशिवाय काणेकर कसले? केशव केळकरांनी 'आयुध'च्या दिवाळी अंकात 'आज काणेकर येणार आहेत' या शीर्षकाचा एक सुंदर लेख लिहिला आहे. त्यात त्यांनी काणेकरांच्या आवाजाचे वर्णन करताना 'गोबरहरा' हे विशेषण वापरले आहे. मला हे विशेषण फार आवडले. त्याचा नेमका अर्थ काय, कोण जाणे; पण काणेकरांच्या आवाजाचे स्मरण जागे करण्याचे सामर्थ्य त्या शब्दाच्या नादात आहे. त्या आवाजात काणेकर अखंडपणे बोलले. खासगी बैठकीत, व्यासपीठावरून; गेली तीस-पस्तीस वर्षे हा आवाज महाराष्ट्रात, महाराष्ट्राबाहेर घुमला आणि आज तो आवाज नाहीसा झाला? ...मला त्या सुन्या आवारात टॅक्सीतून उतरणारे किंवा

टॅक्सीत चढणारे प्रवासी काणेकर दिसू लागले; पण तो आवाज कुठे आहे? डोळ्यांनी जे जपले ते कानांना जपता आले नाही की काय?

केळकरांनी आपल्या लेखात, काणेकरांच्या मृत्यूनंतर टी. व्ही.ने सादर केलेल्या 'चांदरात ढळली' या कार्यक्रमाचा उल्लेख केला आहे. त्याचे संचालन मी केले होते. रमेश तेंडुलकरांचे सहकार्य होतेच. अवघे चार दिवस हाताशी होते. तेवढ्या अवधीत कितीतरी सामग्री गोळा करायची होती. काणेकरांची पुस्तके व छायाचित्रे विनासायास मिळाली. कमलाताई दु:खात होत्या; पण टी.व्ही.वरील या कार्यक्रमाबद्दल त्यांच्याजवळ बोलल्यानंतर त्या म्हणाल्या, ''आतल्या कपाटात सगळी पुस्तकं आहेत. तुम्हाला हवी ती न्या.' फोटोंचे अल्बमही त्यांनी दिले. त्यात काणेकरांचे वेगवेगळ्या प्रसंगी घेतलेले देखणे फोटो होते. विशी-तिशीतले काणेकर देखणे दिसत होते यात नवल नाही; पण साठीतले काणेकरही किती उमदे दिसत होते! जणू वार्धक्यातही एक वेगळे सौंदर्य असते हे सिद्ध करणारे. ते फोटो पाहताना मनात आले, फोटो-पुस्तकांबरोबर काणेकरांचे हस्ताक्षरही 'दाखवता' येईल? त्यातही काणेकरांच्या व्यक्तिमत्त्वाचा एक भाग आहे. कमलाताईंना पुन्हा शोधाशोध करायचा त्रास कसा द्यायचा? संकोच वाटला; पण त्यांनी कोणाला तरी सांगून काणेकरांची दोन हस्तलिखिते काढून ठेवली. एक इंग्रजी, दुसरे मराठी. इंग्रजी हस्तलिखित एका जुन्या व्याख्यानाचे होते. मराठी हस्तलिखित काणेकरांनी मृत्यूपूर्वी काही महिने आकाशवाणीवरून केलेल्या 'चिंतन' या भाषणाचे होते. लेखनामध्ये काही वर्षांचे अंतर; पण हस्ताक्षरही अधिक अनुभवी झालेले.

काणेकरांना अधिकाधिक दाखविता येईल या दृष्टीने मी हाती आलेल्या सामग्रीची निवड करू लागले. काही फोटो निवडले तेव्हा लक्षात आले की, आणखी एक महत्त्वाचा फोटो यात पाहिजे. 'नाट्यमन्वंतर' म्हटल्यानंतर काणेकर, के. नारायण काळे आणि श्री. वि. वर्तक यांची नावे एकत्रितपणे घेतली जातात. त्या तिघांचा एखादा एकत्र फोटो असलाच पाहिजे; पण आश्चर्य म्हणजे, तसा फोटो नव्हता! काळ्यांचा स्वतंत्र फोटो तरी होता; पण वर्तकांचे काय? मग एका स्नेह्यांकरवी श्रीमती पद्मा वर्तकांकडे विचारणा केली. त्यांनी अगत्याने व तत्परतेने फोटो पाठवून दिला. मला वाटते, कित्येकांनी वर्तकांचा फोटो या कार्यक्रमात प्रथमच पाहिला असेल. तेच 'चित्रा' या साप्ताहिकाचेही. काणेकरांचा संपादक म्हणून नुसता उल्लेख करण्यापेक्षा 'चित्रा'चे अंक दाखविता येतील तर बरे, असे वाटले. ते कोठून मिळणार? काणेकर व मो. ग. रांगणेकर हे 'चित्रा'चे दोन संपादक. दोघांच्याही संग्रही ते अंक नाहीत हे आधीच ठाऊक होते. अशा वेळी शां. शं. रेग्यांखेरीज अन्य त्राता कोण? अंदाज चुकला नाही. रेग्यांनी 'चित्रा'च्या फाइल्स दिल्या. त्यातील एक-दोन

पाने दाखविण्यासाठी निवडली. असे पुष्कळ. कमलाताईकडे खेपा चालू होत्याच. त्या म्हणाल्या, ''एक फिल्म आहे लहानशी. पाहा उपयोग होत असला तर...'' पण काही तांत्रिक अडचण आली; त्यामुळे काणेकरांची 'स्थिर' चित्रेच दाखवावी लागणार, चालते-बोलते काणेकर दाखविता येणार नाहीत असे कळले.

...चालते-बोलते असे अनवधानाने लिहिले. त्या फिल्ममध्ये काणेकर चालत होते, पण बोलत नव्हते. म्हणजे काणेकरांचा आवाज ऐकू येणार नव्हताच. त्यांनी लिहिलेली एखादी कविता, एखादा लघुनिबंध, नाटकातला एखादा उतारा हे सगळे वाचायचे असे ठरले होते; पण त्या सगळ्यांत गुंफलेला काणेकरांचा आवाज कुठे आहे? 'दर्शकांना' तो आवाज ऐकवणे किती आवश्यक आहे हे केळकरांनाही पटले. ते हळहळू लागले. कारण दोन-तीन वर्षांपूर्वी डॉ. मालशांनी टी. व्ही.साठी काणेकरांची एक सुंदर मुलाखत घेतली होती. ती संग्रही असती, तर तिचा किती उपयोग झाला असता! त्या टेपवरील काणेकरांचा आवाज पुसला गेला होता! केळकर म्हणाले, ''असं व्हायला नको होतं.''

यापुढे काळजी घेतली जाईल कदाचित; पण आता काय? पुन्हा कमलाताईंचीच मदत झाली. त्यांच्याकडे काणेकरांच्या आवाजाच्या टेप्स नव्हत्या; पण त्या कोठे मिळतील हे त्यांनी सांगितले. शरद मंत्री यांच्याशी त्यांच्या काव्यसंग्रहाच्या निमित्ताने काणेकर पाच-सात मिनिटे बोलले होते. सदानंद रेगे आणि प्रा. श्रीकुमार यांच्याशीही त्यांनी इंग्रजीत गप्पा केल्या होत्या. रेगे व मंत्री या दोघांनीही आनंदाने टेप्स देऊ केल्या; पण आम्हाला काणेकरांचे एखादे भाषण हवे होते, त्यांचा तरुण आवाज हवा होता. कमलाताईंनी काणेकरांच्या कितीतरी भाषणांच्या आठवणी सांगितल्या. त्यांतील दोन-तीन भाषणे मीही ऐकली होती. रंगलेली भाषणे; पण टेप न केलेली, म्हणून हरवून गेलेली. आता एकच उपाय उरला होता : आकाशवाणीकडे एखादी टेप आहे का याची चौकशी करणे. रवींद्र पिंग्यांना फोन केला. ते म्हणाले, ''एक टेप आहे. ते काणेकरांचं आम्ही रेकार्ड केलेलं शेवटचं भाषण. 'चिंतन' या भाषणमालिकेतलं.'' केळकरांनी ती टेप मागवून घेतली. 'चिंतन'चे हस्तलिखित दाखविले जात असतानाच ती टेपही वाजवायची असे ठरले. 'संपूर्ण' काणेकरांना निदान काही क्षण पकडण्याचा प्रयत्न यशस्वी झाला, या भावनेने बरे वाटले.

पण तो भ्रम होता, हे कार्यक्रम सुरू झाल्यानंतर कळले! कार्यक्रम 'लाइव्ह' होता; त्यामुळे मनावर ताण; पण हळूहळू कार्यक्रम खुलू लागला. तेंडुलकर जिव्हाळ्याने बोलले. विजया धुमाळे, मोहन गोखले, विनय आपटे व मीना नाईक यांनी आपापली जबाबदारी चोखपणे बजावली. पस्तीस-चाळीस मिनिटे संपली. आता शेवटची पाच-सात मिनिटे. त्या अवधीतच ती टेप वाजवणार होते. मी

मॉनिटरकडे लक्ष ठेवून होते. काणेकरांचे हस्तलिखित दाखविले गेले. आता लगेच काणेकरांचा आवाज ऐकायला मिळणार या भावनेने मन उचंबळून आले. टेप वाजू लागली...

... हा काणेकरांचा आवाज? किती कोमेजलेला, थकलेला; शब्द एकमेकांत गुंतलेले. स्पष्टपणा कुठे नाहीच. सगळे अस्पष्ट अन् जड. काणेकर अलीकडे असेच बोलत हे खरे आहे; पण अलीकडे म्हणजे, दीड-दोन वर्षे. त्यापूर्वी अनेक वर्षे त्यांनी ज्या स्पष्ट, प्रसन्न आवाजात भाषणे केली, तो आवाज कुठे आहे? आता आठवणीदाखल राहणार तो हा आवाज? आणि त्या आवाजाला वेढून बसलेला आजार? छे, असली आठवण नको. त्यापेक्षा आठवण नसली तरी हरकत नाही! काणेकरांचे रूप, हस्ताक्षर डोळ्यांसमोर अधिकृत स्वरूपात आले आणि हा आवाज कसा बिनसला? तो ऐकून काणेकरांना काय वाटले असते? त्यांना आपली पूर्वीची भाषणे, ती ज्या आवाजात केली तो आवाज आठवला असता? काणेकरांच्या व्यक्तिमत्त्वात आत्मप्रेम हा प्रकारच नव्हता. त्यांनी नुसती सूचना केली असती तरी, कितीतरी लोकांनी तत्परतेने त्यांचा आवाज टेप केला असता; पण त्यांनी कदाचित मूक होणेच पसंत केले. आपल्या भावी प्रतिमेविषयी एक सुंदर अलिप्तता दाखविली.

दोन डिसेंबरला माझ्या डोळ्यांसमोर ती प्रतिमा होती... आठवणी येत होत्या... आणि त्या ओघात-काय आश्चर्य! काणेकरांचा आवाजही माझ्या कानात घुमू लागला. कित्येकांचा आवाज मागे उरत नाही, मनाने कितीही उत्कटतेने आवाहन केले तरी तो मागे वळून पाहत नाही, परत येत नाही; पण काणेकरांची गोष्ट वेगळी होती. त्यांच्या आवाजात, तो विरून गेल्यानंतरही जागृत होण्याचा गुण होता. म्हणूनच त्यांच्या असंख्य श्रोत्यांना तो मनावर रेकॉर्ड केलेला आवाज सहज ऐकता येईल... त्या श्रोत्यांपैकी मीही एक. मला माझ्यापुरता तो आवाज ऐकू येतो आहे... मग तो प्रत्यक्षात हरवलेला असला तरी काय बिघडले?

अन्याय निर्मूलन

काही वर्षांपूर्वी 'मराठी अन्याय निर्मूलन परिषदे'ची स्थापना झाली. या परिषदेतर्फे सभा घेतल्या गेल्या. त्या सभांतून नामवंत लेखक, पत्रकार तळमळीने बोलले. मराठी ही राजभाषा असूनही तिला राज्यव्यवहारात मानाचे स्थान नाही, विद्यापीठांच्या अभ्यासक्रमातही तिला गौणत्व देण्यात आले आहे, असे त्या भाषणांतून सांगितले गेले. त्यासंबंधी निषेध व्यक्त केला गेला. भाषणांच्या ओघात, आपल्या एकंदर जीवनव्यवहारातच मराठीला कसे डावलले गेले आहे, इंग्रजीचे वर्चस्व अजून कसे संपलेले नाही, त्या भाषेभोवती असलेले प्रतिष्ठेचे वलय अजूनही कसे पुसले गेलेले नाही, हे स्पष्ट झाले. याबाबत मतभेद नाहीच. प्रश्न इतकाच की, मराठीवर हा अन्याय कोण करत आहे? ती भाषा बोलणारे आपण की इतर? इतरांशी भांडणे सोपे असते. स्वतःशी कसे भांडायचे? ते जोपर्यंत जमत नाही, आपल्या भाषेची प्रतिष्ठा आपणच संभाळली पाहिजे हे जोवर आपल्या मनावर ठसत नाही, तोवर अन्यायाने निर्मूलन होणे कठीण आहे.

त्यावरून आठवले, कोणी कोणी 'अन्याय निर्मूलन' हे उच्चारायला लांबलचक वाटते म्हणून, जर अनवधानाने या परिषदेला 'मराठी निर्मूलन परिषद' म्हणू लागले! यात कदाचित त्या एकोणीसशे चाळीसनंतर लिहिल्या गेलेल्या साहित्यामुळे प्रसिद्धीच्या झोतात आलेल्या 'सुप्त मनाच्या' हालचालींचाही वाटा असेल! आजूबाजूला बोलले, लिहिले जाणारे मराठी ऐकत असताना, कोणाला हा मराठीचेच निर्मूलन करण्याचा छुपा प्रयत्न तर नसेल, असा संशय आला तर त्यात चुकीचे काय आहे? हा प्रयत्न वेगवेगळ्या पातळ्यांवरून चाललेला असतो. राज्यभाषेत 'मराठी' म्हणून शिरलेल्या क्लिष्ट, कृत्रिम शब्दांचे सोडा, अभ्यासक्रमांत नेमल्या जाणाऱ्या कल्पनाशून्य पुस्तकांचे व उताऱ्यांचेही सोडा; या मंडळींनी मराठी भाषेबद्दल व साहित्याबद्दल प्रेम उत्पन्न कराण्याऐवजी भीतीच उत्पन्न करायची असा जणू काही विडाच उचलेला

असतो आणि आम्ही मराठीचे प्राध्यापक त्यांना 'यथाशक्ती' सहकार्य देत असतो! मंत्रालयातील आणि महाविद्यालयांतील मराठीशी सामान्य माणसाचा फारसा संबंध येत नाही; पण त्याचा ज्या मराठीशी संबंध येतो, ते मराठी तरी शाबूत आहे काय?

या प्रश्नाचे उत्तर देण्यासाठी फार वेळ खर्ची घालायला नको. जे सहज दिसते, आठवते, त्याचा आधार घेऊनही सहज नकार देता येईल. आपल्या संपर्क-माध्यमांची गोष्ट घ्या. टी. व्ही. लावला की, 'कॅप्शन' दिसतात. त्यांतील 'शुद्धलेखन डोळ्यांना खुपते; कारण ह्रस्व-दीर्घ अनुस्वार यांच्या बाबतीत निर्मात्यांनी अनिर्बंध स्वातंत्र्य घेतलेले असते! डोळ्यांना विश्रांती देऊन कानांना काम दिले की, आपण कानांवर फार मोठा अन्याय करत आहोत हे जाणवून अपराधी वाटू लागते! सलग, स्वच्छ बोलणारे फार थोडे. बहुतेकांचे बोलणे कृत्रिम, मळखाऊ. बोलणे कृत्रिम तसे वाचणेही कृत्रिम. काही वेळा अतिहळवे, तर काही वेळा फारच नाटकी. चुकीचे चढउतार; चुकीच्या शब्दावर आघात; याचे प्रत्यंतर हवे असेल तर फिल्म्स डिव्हिजनने प्रसृत केलेल्या काही वार्तापटांची मराठी 'कॉमेंटरी' ऐका. माझ्या मनात कितीतरी दिवस, एखादी 'कॉमेंटरी' किंवा दुसरा एखादा मराठी कार्यक्रम टेप करावा आणि नंतर त्याचे भाषेच्या दृष्टीने विश्लेषण करावे, असे आहे; पण दर खेपेला ते राहूनच जाते. या आळशीपणामागेही भाषेविषयी असलेली उदासीनताच असेल कदाचित! ती बिलकूल क्षम्य नाही.

टी. व्ही. बिचारा बदनामच झाला आहे; त्यामुळे टी. व्ही.वरील काही चांगल्या कार्यक्रमांचेही व्हावे तेवढे कौतुक होत नाही. वृत्तपत्रांचे काय? नित्य वाचनात येणारे हे मराठी. महाराष्ट्र टाइम्समधील एखादा खणखणीत अग्रलेख वाचताना मराठी वाचल्याचे समाधान मिळते. इतर दैनिके माझ्या वाचनात फारशी येत नाहीत. त्यातही अशा दिलाशाच्या जागा असणारच; पण सरसकटपणे काय चालले आहे? अधूनमधून टिपून ठेवलेले हे काही नमुने पाहा : 'त्यामुळे त्यांच्या चैतन्यशील बुद्धिमत्तेच्या स्वाभाविक विलासावर निष्ठेची सुषमा पसरली.' 'लवकरच पारस्परिक समजुती पटून पुन्हा दोघांत सामरस्य उत्पन्न झाले', 'सभोवती वनश्रीचा मुलानंद अशी, भौगोलिक वैधता लाभलेला गड.' '... प्राकृतिक कारणामुळे खेळू शकत नाही,' इत्यादी. या वाक्यांमध्ये वेगवेगळ्या प्रकारचे घोटाळे आहेत. सर्वसाधारण सूत्र म्हणजे 'भारदस्त', आलंकारिक लिहिण्याची हौस आणि आपण वापरत असलेल्या शब्दांच्या अर्थविषयीचे अज्ञान! अर्थाकडे कोण लक्ष देतो? आणि आपण ज्यांच्यासाठी लिहितो त्यांना तो शब्द समजेल की नाही याकडे तरी? याचे उत्तम उदाहरण म्हणजे, आपल्याकडील बालवाङ्‌मय. काही अपवाद आहेत; पण सर्वसाधारणपणे त्यांची भाषा इतकी जड असते! एकच उदाहरण, 'इसापनीती' कोणासाठी? अर्थातच मुलांसाठी-मोठ्यांच्या दृष्टीनेही ती वाचनीय असली तरी! आता 'इसापनीती'च्या (बालवाचकांसाठीच

काढलेल्या) एका नव्या आवृत्तीतील काही गोष्टींचे मथळे पाहा : 'आसन्नमरण वनराज.' 'तर-तमचा विरंगुळा,' सत्तांधितेचा पश्चात्ताप'- बिचारी मुले!

पण त्यांची कीव कशासाठी करायची? आपल्याला पुष्कळ वेळा स्वतःचीही कीव करावी लागते. नुकतेच एका संपादकीयांत वाचले की, 'ही दिवाळी तुम्हाला आनंदाची आणि सखोल चिंतनाची जावो.' म्हणजे नेमके काय हे मला समजले नाही! हीच पंचाईत पुष्कळसे समीक्षालेख वाचताना; इतकेच कशाला, पुस्तकांच्या मागे छापलेला मजकूर वाचतानाही होते. त्यांचे साध्य काय? वाचकाला थोडे मार्गदर्शन करणे; पण होते उलटेच! भाषेच्या त्या आडव्यातिडव्या कोलांट्यांमुळे वाचकाचे मस्तक गरगरू लागते. मला दुर्बोध वाटणारा एक कवी समजून घेण्याच्या दृष्टीने मी त्याच्या पुस्तकावरील 'ब्लर्ब' वाचू लागले. त्यातील काही वाक्ये अशी : 'मातीतून उगवणाऱ्या देहनिष्ठ घायाळ प्रतिमांनी व मानवी प्रारब्धाच्या रौखवी आवर्तांनी झपाटलेले आहेत... शब्दांच्या सोलीव, कातीव अर्थाच्या बरबादीनंतर संवेदनांतील स्वयंभू संवादासाठी जन्मलेली ती स्वायत्त परिभाषा... निर्मितीच्या रंध्रारंध्रात प्रश्नांच्या वैयक्तिक निमित्तांचे विसर्जन व त्यांच्या वैश्विक विराटाचे सृजन ही प्रक्रिया सतीच्या वाणासारखी भिजून गेलेली असल्यामुळे दुर्बोधतेच्या अग्निदिव्याला सिद्ध होणे हे या कवितेचे अटळ प्राक्तन आहे.' अशा रीतीने माझ्या प्राक्तनात लिहिलेले भोग भोगल्यानंतर मी आपली ती कविता वाचू लागले. ती अधिक समजली. काही म्हणा, वाचकाला दुर्बोध कवितेकडे खेचण्याचा 'दुर्बोधतर' समीक्षा हा चांगला उपाय आहे!

आणखी एक 'प्रवाह' आहे : भाषांतरित मराठीचा. ते समीक्षा लेखनातच कशाला, साध्या जाहिरातीतही दिसते. काही महिन्यांपूर्वी मुंबईत एका आलिशान थिएटरचे उद्घाटन झाले. त्या निमित्ताने 'एक संगीत, नृत्य आणि नाट्यमहोत्सव' झाला. त्यासंबंधीच्या जाहिरातीत लिहिले होते. 'श्री ... उद्घाटन करतील, जेथे हा महोत्सव होईल.' ही वाक्यरचना कोणत्या मराठीमधली? त्याच जाहिरातीत या कार्यक्रमाची तिकिटे 'सर्व साप्ताहिक दिवशी' मिळतील असे आश्वासनही होते! हे 'वीक डेज'चे भाषांतर. दुसरी एक जाहिरात एका साडीची : 'संपूर्ण मुंबई... साडीज्वराने फणफणत आहे. अशी साडी घेतलीच पाहिजे.' शिवाय एक प्रलोभनही होते : 'प्रत्येक साडीबरोबर त्याच क्षणी जागेवरच बक्षिसे दिली जातात.' हे इंग्रजी वळणाचे मराठी का येते? मूळ कॉपी इंग्रजी असते म्हणून आपल्याकडील काही जाहिराततज्ज्ञांनी मराठी कॉपीचा आग्रह धरला, तो सकारण होता.

तर असे हे मराठी. जाहिरातीपासून साहित्यापर्यंत त्याचे हालहाल चालले आहेत. हे माझ्यासारख्या पुष्कळ्यांना जाणवत असेल. आम्ही त्यासंबंधी काही करू शकत नाही. फार तर टीका; पण नुसत्या टीकेने फारसे काही साधत नाही. त्याविरुद्ध

आघाडीच उघडली पाहिजे. हे काम एखाद्या तज्ज्ञाने किंवा जो सुंदर मराठी लिहू शकतो अशा एखाद्या लेखकाने हाती घेतले पाहिजे. व्यंकटेश माडगूळकरांचे मराठी किती देखणे, प्रसन्न असते! तसे मराठी अधिकाधिक लिहिले जावे या दृष्टीने या आघाडीचा कदाचित उपयोग होईल. तडकाफडकी काहीच होणार नाही हे कबूल आहे; पण हळूहळू तरी परिणाम दिसू लागतील ना? 'अन्याय निर्मूलना'च्या दृष्टीने तातडीने करण्याजोगे हे काम आहे.

ही काही फक्त मराठीचीच कथा नाही. मला वाटते, प्रत्येक भाषेलाच अशा फेऱ्यातून जावे लागते. घोळ माजतो, संकेत दृढमूल होतात, शब्द मूळचा अर्थ गमावून बसतात; भलत्याच अर्थाने वापरले जाऊ लागतात. निरर्थक शब्दांचे तण वाढू लागते. इंग्रजीलाही या फेऱ्यातून जावे लागले आहे. त्या वेळी ए. पी. हर्बर्ट या प्रसिद्ध इंग्रजी लेखकाने एक आघाडी उघडली. भाषेत चालू असलेल्या या घोटाळ्यांबद्दल त्याने 'पंच'मधून एक लेखमाला लिहिली. याला त्याने 'वर्ड वॉर' म्हटले आहे. शब्दांचे धन संभाळण्यासाठी शब्दांचेच अस्त्र करून पुकारलेले एक युद्ध. एका अर्थाने महायुद्धच! त्याचे हे लेख 'व्हॉट अ वर्ड!' या पुस्तकात संग्रहित झाले आहेत. त्यावरून त्यांच्या विचारांची दिशा कळते. आपल्याकडेही या प्रकारचे विचार पुष्कळांनी व्यक्त केले. असा एखादा 'सातत्यपूर्ण' प्रयत्न कोणी करेल का?

आणि हा घोटाळा फक्त भाषेत आहे की मनातही? तसे नसेल तर परिस्थिती अधिक चिंताजनक आहे असे म्हणावे लागेल. अच्युत बळवंत कोल्हटकरांचा एक उतारा आठवतो : 'सुशिक्षितांची भाषा लोकसमाजापासून फार लांब राहू लागलेली आहे. सुशिक्षितांची व्याख्याने, त्यांची वर्तमानपत्रे, त्यांची काव्ये आणि त्यांचे विचार लोकसमाजाच्या अंतःकरणात मुळीच नसतात! ते काय बोलतात हे लोकसमाजास मुळीच कळत नाही आणि लोकसमाजाच्या अंतःकरणात काय चालले आहे, याची त्यांना दादही नसते. याप्रमाणे हा एक आंधळ्या कोशिंबिरीचा डाव आहे. ही दोन निरनिराळी जगे आहेत.'

हे पन्नास वर्षांपूर्वीचे उद्गार! आज परिस्थिती बदलली आहे का?

भाषा : आपली आणि परकी

स्वतःची भाषा बोलताना, ऐकताना आपण कितपत सावध असतो? सरावाने आपण ती व्यवस्थित बोलतो हे खरेच. म्हणजे आपल्या वाक्यरचना ठीक असतात. आपण शब्द सहसा चुकीच्या अर्थाने वापरत नाही वगैरे; पण एखाद्या वाक्याची घडण जरा वेगळ्या प्रकारे करून पाहावी असे आपल्याला वाटते का? ती घडण त्याच प्रकारे का केली जाते हे तरी आपल्याला ठाऊक असते का? शब्दांचे नेमके व विविध अर्थ आपल्याला ठाऊक असतात का? एखादा नवा शब्द ऐकण्यात किंवा वाचनात आला की त्याच्या अर्थासाठी आपण उत्सुक होतो? 'गोळाबेरीज कळली ना, पुष्कळ झाले!' हाच आपला सर्वसाधारण दृष्टिकोन असतो; त्यामुळेच भाषेला आपल्या जगात स्वतःसिद्ध अस्तित्व नसते. एक साधन म्हणून आपण तिला वापरत असतो. म्हणजे बधिरपणे, यांत्रिकपणे; भाषेला एका तरल, संवेदनाक्षम पातळीवर हाताळता येते याची आपल्याला गंधवार्ताही नसते. म्हणूनच आपल्याला कविता फारशी रुचत नाही. गद्य रुचते; पण ते सरधोपट भाषेत लिहिलेले किंवा 'साहित्यिक' भाषेविषयीचे आपले गैरसमज, पूर्वग्रह गोंजारणारे! मग जरा वेगळे काही वाचले की, ते दुर्बोध किंवा अश्लील किंवा विक्षिप्त असल्याची तक्रार आपण करू लागतो. एखादा भालचंद्र नेमाडे किंवा किरण नगरकर आपण कधीच स्वीकारत नाही आणि हे ठाऊक असते म्हणूनच की काय, पुष्कळ लेखक तुम्हा-आम्हाला रुचेल अशा भाषेतच लिहीत राहतात. या अर्थाने ते लेखकाचे स्वातंत्र्य कधी उपभोगतच नाहीत. जुन्या शब्दांचे पुनरुज्जीवन करण्याचे, एखादा शब्द नव्या संदर्भात वापरण्याचे, नवे शब्द निर्माण करण्याचे स्वातंत्र्य, यामुळे लेखकाला मिळणाऱ्या केवढ्या मोठ्या आनंदाला ते मुकत असतात!

कोणी म्हणेल, लेखकांचे सोडा. आम्हाला त्या आनंदाची चव हवी असेल तर आम्ही काय करावे? या प्रश्नाला माझे तत्पर उत्तर असे की, एखादी नवी भाषा शिकण्याचा प्रयत्न करावा! या उत्तरामागे स्वानुभव आहे. मीही असाच प्रयत्न केला होता. तो प्रयत्न नव्हताच; ध्यास होता. प्रयत्न संपून ध्यास सुरू होण्यासाठी एक खबरदारी मात्र घेतली पाहिजे, भाषा शिकण्यासाठी कोणत्याही वर्गात दाखल न होण्याची! वर्ग म्हटला की, शिस्त आली; पहिला धडा, दुसरा धडा हा क्रम आला; म्हणजे त्या भाषेच्या अंतरंगात स्वतःच्या पायांनी भटकण्याचे स्वातंत्र्य संपले! त्या अंतरंगाकडे जाणाऱ्या वाटेवरची वळणे, आडवळणे सगळेच कसे मोहक असते. वर्गातला शिक्षक आपल्याला ती वळणे-आडवळणे दाखवत नाही, हमरस्त्यावरून नेतो. त्यात कसली गंमत? म्हणून भाषा शिकताना आपणच आपले शिक्षक व्हावे. मार्गदर्शनासाठी एखादे पुस्तक हाताशी असावे; पण त्याच्याशीही बांधून घेऊ नये. मन मानेल तसे वाचत राहावे. कधी एखादी मोड लक्ष वेधून घेईल, कधी एखादा शब्द कानांत रुंजत राहील.

ही भाषा शिकण्याची योग्य पद्धत नसेलही कदाचित; पण तिच्यात भाषेचा शोध घेण्यातला आनंद मात्र असेल. पुनःप्रत्ययाचा आनंद! कारण अगदी लहानपणी भाषा शिकताना आपण कदाचित हेच केलेले असते. प्रौढ वयात या निमित्ताने त्या आठवणींना उजाळा देता येतो; आत्मसात केलेल्या भाषेबाबत एक नवी दृष्टी मिळण्याचा संभवही असतो. नवी भाषा आपल्याला कितपत वश होईल हे कोणी सांगावे? तिला वश करून घेण्याचा आपला प्रयत्न किती काळ टिकेल याचा तरी कोणी भरवसा द्यावा? पण हे प्रियाराधन आपल्याला एक पूरक व्यक्तिमत्त्व देत असते हे मात्र निःसंशय. नवी भाषा शिकताना आपण बदलतो, वाढतो. त्या वेळी आपल्या मनात शब्दांची फुले उमललेली असतात, शब्दांचे नाद लहरत असतात. त्या धुंदीत नेहमी खटकणाऱ्या कितीतरी गोष्टींचा विसर पडतो. एखादी भाषा येण्यापेक्षाही हे महत्त्वाचे. आपल्याला भाषाकोविद थोडेच व्हायचे असते? आपल्याला हवा असतो हा आनंद.

काही वर्षांपूर्वी मी फ्रेंच शिकायला सुरुवात केली, तेव्हा मला हा आनंद मिळाला. फ्रेंच शिकण्यामागचा माझा उद्देश मर्यादित होता. मला फ्रेंच बोलायचे नव्हते, लिहायचेही नव्हते; फक्त वाचायचे होते. साहजिकच मी शब्दांचे स्पेलिंग पाठ करण्यात किंवा गुंतागुंतीचे उच्चार शिकण्यात माझी शक्ती वाया घालवली नाही. एखादा शब्द पाहिला की, त्याचा अर्थ कळला पाहिजे इतकेच! असे कितीतरी शब्द मी डोळ्यांत साठवत गेले. ते शब्द वापरून वेगवेगळ्या वाक्यरचना करू

लागले. एक वाक्यरचना आली की, दुसरी, असा क्रम मी कधीच पाळला नाही. अधीरपणे अवघड वाक्यरचनाही जाणून घेतल्या. शब्दांनी झुलणारी ती वाक्ये माझ्याही मनात झुलत राहत. शब्द डोळ्यांपुढे नाचत. त्यांचा नादही ऐकू येई. तो ठाऊक नसतानाही या धुंदीत मी डिक्शनरीची मदत घेऊन काम्यूची 'आउट सायडर'ही वाचून काढली. फ्रेंच भाषेने मंतरले दिवस होते ते.

बंगाली शिकताना हाच ध्यास. फ्रेंच शिकताना लिपी शिकावी लागली नाही. पुष्कळसे शब्दही इंग्रजीत असलेलेच. फक्त त्यांचे उच्चार वेगळे; त्यामुळे तेव्हा शब्दसंग्रह भराभर वाढला. बंगाली शिकण्यापूर्वी आधी लिपी गिरवावी लागली. त्या गोलाकार अक्षरांबद्दल एक प्रेम निर्माण झाले. हळूहळू अक्षरे ओळखता येऊ लागली, वाचता येऊ लागले. तेव्हा लक्षात आले की, भाषेबद्दल प्रेम निर्माण व्हावे अशा पद्धतीनेच 'सहजपाठ'सारखे पुस्तक तयार केलेले आहे. रवींद्रनाथ टागोर, नंदलाल बोस यांच्यासारख्या प्रतिभावंतांचे सहकार्य घेतले आहे. आपल्याकडे अशी कल्पक पाठ्यपुस्तके आहेत का?... माझी मजल रवींद्रनाथांच्या 'शिशुगीतांपर्यंत' गेली आणि मध्येच कोठेतरी खंड पडला. फ्रेंचही अर्धवट पडले होते. आजतागायत या दोन्ही भाषांशी पुन्हा संबंध जोडणे जमलेले नाही; पण बिघडले कुठे? जे मिळायचे ते मिळून गेले आहे. मराठी वापरताना या अनुभवाचा उपयोग झाला. ती मी अधिक जागरूकपणे बोलू-लिहू लागले हेच त्या उपक्रमाचे फलित होय.

या परक्या भाषा शिकताना एक गोष्ट मात्र डाचत होती. त्या भाषा ज्या समाजात बोलल्या जातात त्या समाजाची, त्यातील सांस्कृतिक वातावरणाची आपल्याला पुरती ओळख नाही. ती असेल तर, त्या भाषांची मर्मस्थाने अधिक चांगली कळतील. दुसरे असे की, एखादी भाषा तिच्यातील वाङ्मय वाचायचे या हेतूखेरीज काही वेगळ्या हेतूनेही शिकता येईल. हे हेतू कोणते असू शकतील? भाषा आणि संस्कृती यांचा परस्परसंबंध नेमका कसा असतो?... मनाच्या एका दूरच्या कोपऱ्यात हे प्रश्न उभे होते.

नंतर काही वर्षांनी एक मजेदार अनुभव आला. प्रश्नांची उत्तरे मिळून गेली. अनुभव असा : दुपारचा एक-दीड वाजलेला. कॉलेजातील काम आटोपत आलेले. इतर काही सटरफटर कामे उरकावीत या विचारात मी होते. तोच माझ्या खोलीच्या दारात एक हसरा, तल्लख, पोरसवदा माणूस उभा राहिला. तो येणारच होता. त्याने अगोदर घरी तसा फोन केला होता. बोलताना त्याने स्वतःची ओळख करून दिली. एन्रीको फसाना त्याचे नाव किंवा असेच काहीसे इटालियन. पूर्वी एक-दोनदा भारतात येऊन गेलेला. सहज नव्हे तर, एका कामासाठी. मुधोळ, जमखिंडी

यांसारख्या महाराष्ट्रातील छोटेखानी संस्थानांचा इतिहास लिहिण्याचे काम त्याने अंगावर घेतले होते. तो आणि त्याचे काही सहकारी आमच्याच कॉलेजच्या बिल्डिंगमध्ये असलेल्या 'अर्काइव्हज'मध्ये नियमितपणे बसत. पद्धतशीर काम करत. या कामासाठीच त्याने थोडेफार मराठी शिकून घेतले होते. मी इटालियन शिकले असते तर, फार करून आल्बर्तो मोराव्हियाची एखादी कादंबरी वाचण्यासाठी. त्यापेक्षा याचा हेतू किती महत्त्वाकांक्षी होता! मी थक्कच झाले. मला माझ्या एका प्रश्नाचे उत्तर मिळाले.

नंतर दोन-तीनदा तो माझ्याकडे आला. आपल्या मराठीला उजाळा देण्यासाठी. खरे म्हणजे त्या वेळी मी अतिशय कामात होते; पण त्याला मदत करणे हे मला कर्तव्य वाटले. एकदा त्याला दुपारी बाराला यायला सांगितले. त्या वेळी माझा तास आहे हे मी विसरून गेले होते. हा खोलीकडे गेला आणि खोली बंद पाहून माझा शोध घेतघेत माझ्या वर्गात आला! सरळ माझ्यासमोर बाकावर बसला. मी माधवराव पटवर्धनांचे 'सुधारक' शिकवत होते. त्याला पुस्तकाचे नाव सांगितले तेव्हा त्याने विचारले, ''सुधारक? आगरकरांचे वर्तमानपत्र?'' माझ्या समोरच्या सर्वच विद्यार्थ्यांना हे ठाऊक होते की नाही कोण जाणे! त्याला फारसे समजत नव्हते; पण मन लावून ऐकत होता. वर्ग संपल्यावर आम्ही खोलीत गेलो. मी त्याला 'हे काय आहे?' असे विचारायचे आणि त्याने 'ही भिंत आहे' वगैरे उतरे द्यायची, असे सुरू झाले.

माझ्याजवळचे गणपतिस्तोत्र काढून मी विचारले, 'हे काय आहे?' जरा त्याची गंमत करण्यासाठी!

तो म्हणाला, ''हा गणपती आहे.'' आणि त्याने नंतर उच्चारलेला शब्द कोणता असेल? - मोदक!

मी त्याला विचारले, ''सुधारक, मोदक हे सगळे तुला कसे काय ठाऊक?''

तो म्हणाला, ''मराठी शिकायचे म्हणजे हे ठाऊक असायला नको?''

मला माझ्या दुसऱ्या प्रश्नाचेही उत्तर मिळाले! आणि असेही मनात आले की, आपण मराठी माणसे दुसऱ्या एखाद्या भाषेत अशा तऱ्हेने कधी गुंतून जाऊ?

राहून जाणाऱ्या गोष्टी

आयुष्यात एक गोष्ट आपण सातत्याने करत असतो संकल्प. लहान संकल्प, मोठे संकल्प हे प्रत्येकाने आपापल्या मनाच्या झेपेनुसार केलेले. ते करताना कधी आपण आपली ताकद अजमावलेली असते, कधी नसतेही; पण खरे सांगायचे म्हणजे ताकदीचा आणि त्या संकल्पांच्या पूर्ततेचा फारसा संबंध नसतो. तेथे दैव अनुकूल असावे लागते. दैवाची अनुकूलता असेल तर ताकद अपुरी असूनही, फार धडपड केलेली नसूनही, एखादे मनोवांछित पूर्ण होऊन जाते! आणि एखादे, त्यासाठी सर्वस्व पणाला लावलेले असूनही, अखेरपर्यंत अपूर्णच राहते. आपला निरुपाय असतो. स्वस्थ बसण्याखेरीज दुसरे काही करता येत नाही. निराश वाटते का? फारसे नाही. येथे 'दैव दोषी' असे म्हणायला अवसर असतो. दैवावर सगळे ढकलून थोडे मोकळे होता येते. निराश कधी वाटते? एखादी गोष्ट संपूर्णपणे आपल्या हातात असूनही आपण ती करू शकत नाही, तेव्हा! सगळी जबाबदारी आपली, कारण इतर कोणाचा त्या गोष्टीशी काही संबंधच नसतो.

उदाहरणार्थ, गाण्याच्या बैठकीला जाणे किंवा एखादे नाटक पाहणे यांसारखा अगदी लहान संकल्प. कोणाकडून तरी ऐकलेली स्तुती मनात असते, जाहिरात पाहिलेली असते; त्यानुसार आपण बेत ठरवत असतो आणि शेवटी जाता येत नाही. काही कारणे असतात, नाही असे नाही. ऐनवेळी एखादे महत्त्वाचे काम निघते किंवा परत कसे यायचे हा प्रश्न भेडसावू लागतो. या अडचणी आपल्याला तात्पुरत्या अगदी खऱ्या वाटतात; पण त्या चुकलेल्या गाण्यासंबंधी किंवा नाटक-सिनेमासंबंधी कोणी उत्साहाने बोलू लागले की, आपण हळहळू लागतो. वाटते, ते काम पुढे नसते का ढकलता आले? जाण्या-येण्याचा प्रश्न महत्त्वाचा खराच. 'सार्वजनिक वाहना'चा उपयोग करायचा असेल तर फार वेळ मोडतो आणि टॅक्सीने जायचे

असेल तर ते परवडत नाही. कार्यक्रमासाठी पैसा आणि त्या कार्यक्रमाला जाण्या-येण्यासाठी दुपटीतिपटीने पैसा हे फारच आवाक्याबाहेरचे वाटू लागते; पण त्या पश्चात्तापाच्या अवस्थेत मनात येते, काय झाले असते वेळ मोडला असता तर? असा कुठे आयुष्यातला प्रत्येक क्षण सत्कारणी लागत असतो? एखाद्या रात्री उशिरापर्यंत काम करून तो वेळ भरून काढता आला असता! आणि एखाद्या दिवशी कोणीतरी अनपेक्षितपणे, काही काम नसताना येते आणि आपल्या वेळाचा एक भलामोठा लचका तोडून निघून जाते; तेव्हा काय करतो आपण? या सबबी खऱ्या नव्हेत. आपली इच्छाशक्तीच कमी पडते. काहीतरी चांगले ऐकण्या-पाहण्यातील आनंदाचे मोलच आपल्याला पुरते कळलेले नाही! जाण्या-येण्याचा त्रास होईल, जागरण होईल, दुसऱ्या दिवशी कामाचा ताण पडेल. हा काय युक्तिवाद झाला? फारच व्यावहारिक विचार करू लागलो आहोत आपण. गेलो नाही हे चुकलेच. त्या चुकीला क्षमा नाही.

पण स्वतःचा असा निषेध करत असताना जरा वाईट वाटतही असते! ज्या पैशाचा आपण कधीच फार लोभ धरला नाही, तो आपल्याकडे थोडा अधिक असायला हवा होता असे वाटू लागते. कशासाठी, ठाऊक आहे? टॅक्सीने बिनदिक्कतपणे येण्या-जाण्यासाठी! मग वेळ, दगदग असे सगळेच प्रश्न कसे चुटकीसरशी सुटले असते! 'टाइम इज मनी' हे जुन्या काळातले सुभाषित झाले. आता ते उलटे केले पाहिजे. आल्बेर काम्यूने ते उलटे केलेही आहे. त्याची 'आउटसायडर' ही कादंबरी प्रसिद्ध आहे. तिचाच अगदी पहिला व कच्चा खर्डा मादाम काम्यूकडून मिळाला. एका संपादकाने हा पाहिला. खर्डा व 'आउटसायडर' यांची तुलना करण्याच्या दृष्टीने तो प्रसिद्ध केला. या पुस्तकाचे नाव 'अ हॅपी डेथ.' बदल पुष्कळच आहेत; पण दोन्ही पुस्तकांचा नायक एकच : मेर्सो. 'अ हॅपी डेथ'मध्ये तो वेगवेगळ्या प्रकारचे आयुष्य जगून पाहतो. कारण त्याचा एक सिद्धान्त आहे. तो असा की, तुम्हाला सुखी व्हायची इच्छा असेल तर सुखी होता येते. प्रयत्न करत राहिले पाहिजे आणि एका अवस्थेत मेर्सोला वाटत असते की, सुखी होण्यासाठी पैसा हा हवाच. मग प्रश्न सोपे होतात किंवा उरत नाहीत. उदाहरणार्थ, वेळाचा अत्यंत बिकट प्रश्न. या अनुषंगानेच काम्यूने जो विचार मांडला आहे, तो 'मनी इज टाइम' हा!... पश्चात्तापाच्या अवस्थेत तो पटतो. शिवाजी मंदिरमध्ये अमुक अमुक वाजता नाटक आहे ना? अर्धा तास आधी टॅक्सीने निघायचे. नाटक संपल्यावर लगेच टॅक्सीने परत! सगळे कसे अगदी अलगद! ते कधीच करता येत नाही असे नव्हे; पण महिन्यातून पाच-सहा वेळा कसे जमणार हो? तेवढा पैसा कुठून आणणार? आणि पैसा नसेल तर वेळ कुठून आणणार? म्हणूनच 'मनी इज टाइम' आणखी कितीतरी!

जय मेर्सो! जय काम्यू! पण हे रुपयांचे डॉलर्स करण्याइतके सोपे नाही. पैसा इतक्या वेगळ्या प्रकारच्या 'करन्सी'त रूपांतरित करणे जमले पाहिजे. त्याऐवजी दुसरे मोह होऊ लागले तर? त्यापेक्षा आहे हे ठीक आहे. जमेल तेवढे ऐकावे, पाहावे. बाकीचे आपल्या नशिबात नाही म्हणून सोडून द्यावे. तरी अचानक योग येईल अशी आशाही करत राहावे!

पुष्कळ काही चुकल्यानंतर मी अलीकडे स्थितप्रज्ञाची ही भाषा बोलू लागले आहे! थोडीफार तशी वागतेही! बेत करत नाही. तो मोह होऊ नये म्हणून कोणाला 'तुम्ही अमुक अमुक पाहिलंत का?' हा प्रश्न विचारत नाही; जाहिरातीही पाहत नाही! पण एखादा बेसावध क्षण असतोच. जाहिरातीच्या पानांकडे नजर जाते. सोयीच्या वेळी, सोयीच्या ठिकाणी असलेल्या सिनेमाची जाहिरात दिसते... मन दावे तोडून चौखूर उधळते... जावे का? आणखी कोणाला विचारावे? पण तो क्षण उलटतो. चटकन वास्तवाचे भान येते. हे होणे नाही! मग कोणी आपणहून त्यासंबंधी विचारले तर माझे अत्यंत वास्तववादी उत्तर : 'आजपर्यंत कितीतरी चुकले. त्यांत आणखी एकाची भर!' पण मनात तेढा प्रश्न : चुकलेच कसे? 'इच्छाशक्ती कमी पडली म्हणूनच ना? ती क्षीण होत चालली आहे ही कबुली देऊन मोकळी हो ना!'

कबुली दिलीच पाहिजे. एरवी ज्यांच्याशी पैसा, वेळ यांसारख्या कोणत्याही गोष्टींचा अजिबात संबंध नव्हता, अशा दोन गोष्टी मी कशा चुकवल्या होत्या? काही महिन्यांपूर्वी शेजारच्या कॉलनीत मल्लिकार्जुन मन्सूरांचे गाणे होते. त्या कलावंताचे, त्यांच्या गाण्याचे मला जबरदस्त आकर्षण; असे असूनही हिशेब केला. गाणे निदान रात्री एकपर्यंत तरी चालणार. दुसऱ्या दिवशी कॉलेजात लवकर पोहोचायचे आहे. खूप कामे आहेत. त्या गाण्याचा दुसऱ्या दिवसावर विपरीत परिणाम झाला तर? मध्यंतरापर्यंत थांबून परत यावे का? पण ते काही खरे नाही! त्यापेक्षा जाऊच नये आणि मी गेले नाही!

'उसकी रोटी' या मणी कौलच्या चित्रपटाबाबत असेच घडले. खूप वर्षांपूर्वी तो पाहण्यासाठी वांद्र्यापासून फोर्टपर्यंत गेले होते. त्या वेळी 'उसकी रोटी'ऐवजी मणी कौलचाच 'दुविधा' दाखविला. मध्यंतरी 'उसकी रोटी'बद्दल पुष्कळ ऐकत, वाचत राहिले. कधी एकदा तो पाहू अशी उत्सुकता लागून राहिली आणि गेल्या वर्षी तो टी.व्ही.वर दाखविला गेला! पण माझ्या दृष्टीने भलत्या वेळी! सबंध दिवस वाया गेला होता. वेळाचे लचके तोडून पुष्कळजण निघून गेले होते. संध्याकाळी मी एकटी. दिवसा राहून गेलेली सगळी कामे उरकण्याच्या घाईत! त्यातील एक काम दुसऱ्या दिवशीच्या व्याख्यानाची तयारी करणे हेही! हे सगळे उरकण्यासाठी 'उसकी रोटी'वर पाणी सोडणे भागच होते! बाहेर सिनेमा चालू होता. आत माझी उलघाल!

आपण हक्काने रागावतो आपल्या माणसांवर, त्याप्रमाणे हक्काने दुर्लक्ष करतो आपल्या छंदांकडे!

पण हे करताना आपण एक मोठा धोका पत्करत असतो. असे सुंदर अनुभव निगरगट्टपणे नाकारत आपल्या संझाशक्तीलाच बधिर, क्षीण, करण्याचा! या सबबीचा 'क्लोरोफार्म' दिला की, मर्ढेकरांच्या शब्दांत, (इच्छा) शक्ती असूनही वर्म । निपचित पडते ।। दुसऱ्याची देणी फेडता-फेडता आपण स्वतःचेही काही देणे लागतो हेच आपण विसरतो. मग ते फेडण्याची गोष्ट दूरच! केवढे कर्जबाजारी आयुष्य आपण जगत असतो. या कर्जाची फेड करण्याचा मार्ग?

मला तरी एकच मार्ग सापडला आहे. मार्ग कसला, तडजोडच आहे ती. गाण्याची बैठक ऐकणे नाही ना जमत? मग एखादी रेकॉर्ड ऐका, संध्याकाळी घरी मिळणाऱ्या एक-दोन तासांत ते अशक्य नसते! नाटक पाहायचे राहून गेले? पुस्तक वाचा. पुस्तक व प्रयोग यांची रूपे वेगळी. प्रयोगांपासून होणारा आनंद वेगळा. कबूल; पण त्या आनंदाचे काही कण तर मिळतील? तेच चित्रपटांचे- विशेषतः इंग्रजी चित्रपटांचे. स्क्रीन प्ले वेगळा किंवा कादंबरी माध्यमे वेगळी, कबूल; पण थांबा. कादंबरी चित्रपटापेक्षा चांगली असण्याची शक्यता नाकारू नका. हे मी इतक्या ठामपणाने का म्हणते आहे? नुकतीच चित्रपटापेक्षा चांगली असलेली एक मूळ कादंबरी मी वाचली म्हणून! कादंबरी अचानकच मिळाली आणि अचानकच ऋणमुक्त झाल्यासारखे वाटले! त्याविषयी पुढे...!

जोना क्रॅमर

काही वेळा चित्रपट पाहणे जमत नाही, पण तो ज्या कादंबरीवर आधारलेला असतो ती कादंबरी अचानक हाती येते. क्रॅमर व्हर्सस क्रॅमर या चित्रपटाबाबत असेच झाले. तो मुंबईत दोनदा येऊन गेला. प्रथम आला तेव्हा, तो पाहता येणे शक्य नाही हे कळले होते. सात-आठ दिवसांत तो चांगला असल्याचे बोलले जाऊ लागले. 'पाहाच' अशी शिफारस अनेकांनी केली; 'अजून पाहिला नाहीत?' असे आश्चर्यही व्यक्त केले गेले. अशा वेळी खरी कारणे सांगण्यात अर्थच नसतो, कारण स्वतःलाच ती पटत नसतात; त्यामुळे मी 'पाहणार आहे तर!' एवढंच म्हणत असे. 'दुसऱ्या वेळी येईल तेव्हा नक्की पाहायचा' असे मनातल्या मनात ठरवत! 'दुसऱ्या वेळी तो येईल कशावरून?' असा प्रश्न मला पडला नाही. कारण निदान मुंबईत तरी अशी सांस्कृतिक संधी दोनदा दिली जाते हे मला अनुभवामुळे ठाऊक झाले होते. थोडी वाट पाहावी लागते कदाचित; पण चांगल्या गोष्टींची वाट पाहणे हे तर आपल्या अंगवळणीच पडलेले असते! 'जज्मेंट ॲट न्यूरेम्बर्ग'साठी पाच-सहा वर्षे वाट पाहिला आणि 'द ओल्ड मॅन अँड द सी'साठी अजून वाट पाहते आहे!

पण 'क्रॅमर व्हर्सस क्रॅमर-'ने इतके तंगवले नाही. तो वर्षभरातच पुन्हा आला, तेव्हा नाताळची सुट्टी तोंडावर आली होती. सुट्टी संपेपर्यंत चित्रपट राहील आणि त्यामुळे आपण तो नक्कीच पाहू शकू असे वाटत होते; पण सुट्टी सुरू झाल्यावर वाटू लागले, मुद्दाम सिनेमा पाहण्यासाठी म्हणून कोण फोर्टमध्ये जाणार? कॉलेज सुरू झाल्यावर पाहू आणि पंचवीस डिसेंबरला सिनेमाच्या जाहिरातीवरून सहज नजर फिरवत असताना पाहिले क्रॅमर व्हर्सस क्रॅमर... लास्ट डे! नाताळच्या दिवशी बुकिंग केलेले नसताना, तिकिटे मिळतील या आशेने धावण्यात काही अर्थच नव्हता! सोडून दिले!

त्यानंतर काही दिवसांनी अरविंद गोखले भेटले. ते नवी नवी पुस्तके उत्साहाने

विकत घेऊन वाचत असतात. इतरांनीही ती वाचावीत अशी त्यांची इच्छा असते. त्यांच्या बोलण्यात 'क्रॅमर व्हर्सस क्रॅमर' या पुस्तकाबद्दल आले. त्यांनी ते विकत घेतले होते; पुस्तक इतके जवळ आल्यावर ते वाचण्याची संधी मी थोडीच सोडणार? मी ते त्यांच्याकडून मागून घेतले. चित्रपट चुकला तर चुकला, निदान कादंबरी तरी वाचू, ही भूमिका होतीच.

एका संध्याकाळी मी पुस्तक हातात घेतले. वाचायला सुरुवात करण्यापूर्वी त्याचे बाह्यांग न्याहाळले. लेखक कोणी एक्री कोरमन; अमेरिकन. बाह्यांग अर्थातच अमेरिकन. चित्रपट गाजलेला असल्यामुळे मुखपृष्ठावर चित्रपटातील एक दृश्य टिपणारा फोटो. डस्टिन हॉफमनचा. मागेपुढे कादंबरीचे कथासूत्र सांगणारी, तिला जाहिरातीत शोभतील अशी विशेषणे लावणारी भडक वाक्ये. त्या सगळ्यांची गोळाबेरीज काय! तर जोना क्रॅमर टेड क्रॅमरला सोडून जाते. घरात तो व त्याचा चार वर्षांचा मुलगा बिली हे दोघेच उरतात. बिलीची व टेडची धड ओळख नसते. कारण आजपर्यंत जोनानेच त्याचे सगळे केलेले असते. बिलीला संभाळायचे कसे हा टेडपुढील प्रश्न. अडचणी येतात... पण हळूहळू सवय होऊ लागते. बाप-लेकाची मैत्री होते. बिलीचे जग हेच टेडचेही जग होते... तेवढ्यात एक पेचप्रसंग निर्माण होतो. जोना बिलीचा ताबा मागते. आधी एक-दोनदा ती बिलीला भेटलेली असते. त्याला तिच्या हॉटेलवर घेऊन गेलेली असते. तेव्हा टेड साशंक असतोच; पण तेव्हा काही होत नाही. त्या वेळी वाटलेली भीती नंतर खरी ठरते. कोर्टात जाण्याखेरीज गत्यंतर उरत नाही. कोर्टाचा निर्णय जोनाच्या बाजूने होतो. बिली आपल्याला दुरावणार हे टेडला कळून चुकते; इलाज नसतो. आता जोना कोणत्याही क्षणी येईल आणि बिलीला घेऊन जाईल... पण जोनाऐवजी जोनाचा फोन येतो- ती बिलीला नेऊ शकत नाही असा. तेच पूर्वीचे कारण. आई या नात्याने ती स्वतःला बांधून घेऊ शकत नाही. इतका मोठा खंड पडल्यानंतर तर नाहीच नाही. बिलीला अधूनमधून भेटावेसे वाटेलच; पण तेवढेच. जोनानेच अशी बिनशर्त माघार घेतल्यावर सगळा प्रश्नच सुटतो!

हे कथासूत्र, पुस्तकावर छापलेला मजकूर वाचला की, कोणालाही वाटेल की, कथेचा सगळा भर टेडवर आहे. 'अ फादर्स डिस्कव्हरी ऑफ सन...'; 'अ सेन्सिटिव्ह अँड डीप एक्स्प्लोरेशन ऑफ द फ्लाइट ऑफ द डेझर्टेड हजबंड...' जोनाला कुठेच महत्त्व नाही. उलट ती घरातून निघून गेली आहे हे गृहीत धरून 'व्हॉट वुड यू डू इफ युवर वाइफ वॉक्ड आउट?' असा वाचकांना प्रश्न! टेडला प्राधान्य का? तर चित्रपटात त्यालाच प्राधान्य आहे. जोना घरातून निघून गेली येथूनच मुळी चित्रपट

सुरू होतो. खरे नाट्य नंतर येते.

मनाशी म्हटले, पुस्तकातही असेच सगळे असणार. ते तसे नवे नाही. वाचताना ते कंटाळवाणे वाटेल कदाचित; पण वाचून तर पाहू. बिलीला पुस्तकात कदाचित अधिक जागा मिळाली असेल. मला खरा रस बिलीतच होता. आई-बापांमधील ताणांचा कोवळ्या मुलांवर होणारा परिणाम हा माझ्या डोक्यात सदैव घोळणारा विषय आहे.

या संबंधीच्या विचाराला काही खाद्य मिळेल अशा अपेक्षेनेच मी पुस्तक वाचू लागले. सुरुवातीपासूनच वाचकाला गुंतवून ठेवण्याचे सामर्थ्य कादंबरीच्या लेखनात आहे याबद्दल मला शंका उरली नाही. अत्यंत चमकदार काहीसे धीट लेखन. सुरुवातीचे प्रकरण माझ्या 'विदेही' या कथेची आठवण देणारे. कारण त्यात टेड क्रॅमर आपले मूल जन्माला कसे येते हे पाहतो. या योगायोगामुळे मी चकित झाले. अधिक आस्थेने पुढील पाने वाचू लागले.

मी खरी कोठे गुंतले? जेव्हा बिलीच्या जन्माचा त्यांच्या वैयक्तिक जीवनावर कसा परिणाम होऊ लागला यासंबंधी वाचू लागले तेव्हा. जोनाचा सगळा वेळ बिलीतच जाऊ लागला. स्नेहीमंडळी बदलली. आता भोवती फक्त स्वतःच्या मुलांविषयी बोलणाऱ्या माणसांचे वर्तुळ तयार झाले. दुसरा विषयच नाही! आणि हेच जोनाला खटकू लागले. त्या आईपणाचा कंटाळा येऊ लागला; पण हे इतरांना सांगायचे कसे? कोणालाच ते आवडले नसते. तो कंटाळा तिने स्वतःपाशीच ठेवला, त्यातून बाहेर पडण्यासाठी नोकरी करणे हा एकच मार्ग होता; पण टेडला तो पसंत नव्हता. इतर छंदही बाद झाले होते. घर, बिली आणि ती! सगळा राग बिलीवर निघत असे- पण नंतर त्याबद्दल वाईटही वाटे. अशी चार वर्षे गेली. असह्य झाले तेव्हा जोनाने निर्णय घेतला, घर सोडायचे! तिने टेडला सांगितले; कारण दिले ते 'आय ॲम सफोकेटिंग हिअर' हे! टेडचा त्यावर विश्वासच बसेना. घुसमटायचे काय कारण? घर सोडायचे हे खरे- पण बिलीचे काय करणार? त्याला घेऊन जाणार? म्हणजे जोना बिलीलाच कंटाळली आहे, हे टेडच्या लक्षातच आले नव्हते! तिला बिलीशिवाय राहायचे होते. एकटे.

अवघ्या तीन प्रकरणांत लेखकाने जोनाची ही घालमेल उभी केली आहे. जोना घर सोडून जाते, पुढे घटस्फोटही घेते. कशासाठी? चित्रपटात या प्रश्नाला महत्त्व नाही. पुस्तकात आहे आणि तेच त्याचे वेगळेपण आहे. आईपणाचा कंटाळा! आपल्याकडे कोणाचा यावर विश्वासही बसणार नाही. कारण येथे आईची पद्धतशीरपणे

एक प्रतिमा तयार केली गेली आहे. स्त्रियांनाही त्या प्रतिमेप्रमाणे वागणे आवडते. जोनासारखी त्यांचीही घालमेल होत असते. कोणी त्या गोष्टीचा धीटपणे उच्चारही करत असतील; पण मूल संभाळण्याचा कंटाळा येतो म्हणून घर सोडणे? भलतेच काहीतरी! विशेष म्हणजे, पुढारलेल्या अमेरिकन संस्कृतीतही या गोष्टीला मज्जाव आहे. टेडची प्रतिक्रिया हेच स्पष्ट करते; पण जोनाचा कंटाळा मनापासूनचा आहे. म्हणूनच बिलीचा ताबा मिळाल्यानंतरही ती स्वखुशीने तो सोडून देते. तिच्या शेवटच्या निर्णयाला या अगोदरच्या प्रकरणांचा संदर्भ आहे; म्हणून पुस्तक अधिक चांगले.

कादंबरी वाचून संपल्यावर मी पुन्हा एकदा ती चाळू लागले. एखादा आवडलेला संवाद, वाक्य... जे स्मरणात राहावेसे वाटते असे काही ...'उजळणी' केल्यावर कादंबरी मिटणार होते. कुतूहल म्हणून प्रकाशनकाल पाहिला : १९७७. 'डॉल्स हाउस' केव्हाचे? शंभर वर्षे होऊन गेली. नोरा हे नवऱ्याचे खेळणे. नोरा आणि जोना... धागा जुळतो का? मला वाटते, जुळतो. थोडा पुढेही खेचला जातो प्रकाशनवर्षाखाली आणखी तीन महत्त्वाचे शब्द आहेत - 'टू माय मदर'

आपली आई जोनाप्रमाणे वागू शकली असती; पण वागली नाही, म्हणून ही कृतज्ञता? पुस्तकात आईची कहाणी आहे, चित्रपटात बापाची! म्हणजे या दोन माध्यमांतही पुन्हा 'क्रॅमर विरुद्ध क्रॅमर' ही रस्सीखेच आहेच!

सात समुद्र; अनंत अंबरे

पु. शि. रेगे यांना श्रेष्ठ कवी म्हणून सर्वच काव्यप्रेमी वाचक ओळखतात. ते एल्फिन्स्टन कॉलेजचे विद्यार्थी होते आणि व्यावसायिक जीवनाच्या अखेरच्या काही वर्षांत ते त्या कॉलेजचे प्राचार्यही होते; त्यामुळे एल्फिन्स्टनच्या लेखी पु. शि. रेगे या नावाला आणखी एक महत्त्व आहे. अर्थात कॉलेजातील किती लोकांना त्यांच्या कवितेत रस होता कोण जाणे! कारण रेग्यांची कविता काही सहज भेटणारी नव्हे आणि आपापल्या विषयांचे हमरस्ते सोडून तिला भेटण्यासाठी आडवळणे कोण शोधत जाणार? बाकी रेगेही आडवाटेनेच नाही का गेले? अर्थशास्त्र हा त्यांचा विषय आणि प्रसिद्धी पावले कवी म्हणून! ते गमतीने म्हणत, ''अर्थशास्त्रज्ञ मला साहित्यिक म्हणून ओळखतात आणि साहित्यिक अर्थशास्त्रज्ञ म्हणून!'' पण हे काही खरे नाही. मला अर्थशास्त्रज्ञांचे ठाऊक नाही; पण आम्ही रेग्यांना कवी म्हणूनच ओळखतो. रेग्यांनी अर्थशास्त्रावर काही लिहिले आहे का, याची चौकशीसुद्धा आम्ही करत नाही!

सतरा फेब्रुवारीला तुम्हाला याचे प्रत्यंतर आले असते. तो रेग्यांचा स्मृतिदिन. रेग्यांचे स्मरण करायचे म्हणजे काय करायचे? त्यांच्या साहित्यावर एखादा ठरावीक परिसंवाद करायचा? रेग्यांना ते अजिबात आवडले नसते. म्हणून मराठी कवितेचा अगदी आरंभापासून रेगे-मर्ढेकरांपर्यंतचा प्रवास, काव्यवाचन व भाष्य यांच्या आधारे चित्रित करणारा एक कार्यक्रम करण्याचे आम्ही ठरवले. त्या कार्यक्रमाचे नाव 'ज्ञानेश्वर ते मर्ढेकर.' विंदा करंदीकर, वसंत बापट व मंगेश पाडगावकर हे तीन नामवंत कवी तो सादर करतात. आम्ही त्यांना कॉलेजात येण्याचे आमंत्रण दिले. त्या कार्यक्रमाला जोडूनच रेग्यांच्या पुस्तकांचे एक लहानसे प्रदर्शनही मांडले. (त्यात रेग्यांचे त्यांनी लिहिलेली शेवटची कविता असणारे हस्तलिखितही होते.) कविता-

संग्रह, कादंबऱ्या, 'रंगपांचालिक', 'मनवा', 'छादंसी'... अर्थशास्त्रावरील पुस्तक? एकही नाही!

कार्यक्रम दुपारी चार वाजता होता. साडेतीनपासूनच मंडळी येऊ लागली व्यासपीठावरील मंडळींना समोर पाहून धन्यता वाटावी आणि आक्रानही वाटावे असा श्रोतृवर्ग! रसिक, जाणकार श्रोत्यांनी भरलेल्या त्या सभागृहाकडे पाहून माझे मन एकदम बारा-तेरा वर्षे मागे गेले. २ ऑगस्ट १९६८! वर्ध्याला भरणाऱ्या मराठी साहित्य संमेलनाचे रेगे अध्यक्ष झाले, म्हणून त्या दिवशी आम्ही रेग्यांचा सत्कार केला होता. तो रेग्यांचा वाढदिवससही होता. समारंभ सुंदर झाला. रेखीव भाषणे. पु. ल. देशपांड्यांनी केलेले रेग्यांच्या कवितांचे आकर्षक वाचन, शेवटी रेगे थोडेसेच बोलले. त्यांचे बोलणे तेथे मांडलेल्या रेग्यांच्या पुस्तकांच्या व हस्तलिखितांच्या प्रदर्शनात सामावले होते. शिवाय आम्ही रेग्यांनी स्वतःच्या अक्षरांत लिहिलेल्या त्यांच्या 'बकुळ' या कवितेच्या टंकलिखित प्रती सर्वांना दिल्या होत्या. त्या कवितेतूनही रेगे सर्वांशी बोलत होते. रेग्यांचा 'मनवा' हा कथासंग्रह श्री. पु. भागवतांनी मुद्दाम तेथे येऊन प्रसिद्ध केला होता. कोठे काही उणे नव्हते.

समारंभ संपल्यावर कोणीतरी म्हणाले की, 'मध्येच त्यांचे शब्द भारावले' अशी रेग्यांची अवस्था झाली होती... आम्हाला याहून मोठी शाबासकी नको होती. फार पुनःपुन्हा न भारावणारी माणसे जेव्हा क्वचित भारावतात तेव्हा त्या भारावण्यात ती सगळी असतात. आम्ही रेग्यांना असे सगळे सामावून घेतले होते! आनंद कसा आतबाहेर ओसंडत होता. मनात आले, यातील काही श्रोते तेव्हाही आले होते. त्यांनाही त्या सत्कार समारंभाची आठवण येत असेल का? आणि फरकही जाणवत असेल का? मुख्य म्हणजे तो आनंद आज नाही. आज रेगे व्यासपीठावर नाहीत. पुस्तकांच्या मधोमध त्यांचे गुलछडी- गुलाबांच्या फुलांचा हार घातलेले छायाचित्र आहे! तो सत्कार होता; हा स्मृतिदिन आहे! २ ऑगस्ट १९६८ हीसुद्धा आता फक्त एक स्मृती आहे. 'बकुळ'ची टंकलिखित प्रत जवळ नाही. त्या समारंभाचे एखादे छायाचित्रही नाही! जेवढे मनात उरलेले असेल तेवढेच; मनात कितीसे उरते? थोडेसे की सगळेच?

'ज्ञानेश्वर ते मर्ढेकर' हा काव्यवाचनाचा कार्यक्रम सुरू झाला. कवी रंगले होते. कवींबरोबर श्रोतेही रंगत होते. मीही रंगत होते; पण एकाग्रचित्त नव्हते. थोडीशी संयोजकांच्या भूमिकेत : उशिरा आलेल्यांना नीट जागा मिळाली आहे का? ग्लासातले पाणी संपले आहे का? फोटोला हार अगदी व्यवस्थित बसला आहे का? वगैरे; पण केवळ एवढेच नव्हे. काव्यवाचन या प्रकाराविषयी काही विचार मनात घोळत होते; कवींनी स्वतःच्या कवितांप्रमाणे इतर कवींच्या कविताही

वाचाव्यात का? स्वतःच्या कविता वाचण्यासाठी त्यांनी निवडलेल्या शैलीचा अशा वाचनावर परिणाम होणार नाही? त्या कवितांची स्वतंत्र चेहरेपट्टी हरवणार नाही? अगदी अलीकडच्या काही कवींचे वाचन ऐकलेले असते. त्यांच्या कविता ते वाचत, तशाच वाचाव्यात का? बाकी तसे करण्याचे काही कारण नाही. ती नक्कल होईल. शिवाय सगळ्याच कवींना आपल्या कविता चांगल्या प्रकारे वाचता येत नाहीत. त्यांची नक्कल करायची म्हणजे आफतच आहे. त्यांना जो न्याय स्वतःला देता आला नाही, तो इतर कवींना वाचनाच्या वेळी देता आला तर त्यात वाईट काय आहे? पण कविता वाचताना प्रथम त्या कवितेत गुंतले पाहिजे. आपण ती चांगल्या तऱ्हेने वाचू शकतो ही जाणीव गौण ठेवली पाहिजे. हे घडले नाही तर वाचन नाटकी ठरण्याचा फार मोठा धोका आहे. वाचन सपक असू नये, तसे फार नाटकीही असू नये... कविता 'परफॉर्म' करणे कितपत योग्य? कविता ऐकताना अधिक का समजते? वाचनात त्या कवितेचा एक प्रकारे अर्थच लावता येतो म्हणून? आणि त्या अर्थासह आपण ती ऐकतो म्हणून? अनेक वेळा स्वतःशी वाचलेल्या कविता त्या पुन्हा एकदा ऐकताना बरे वाटते आहे. ज्यांना त्या कविता ठाऊक नाहीत त्यांना त्या ऐकणे आवडत असेलच; पण मलाही ते आवडते आहे... मनातल्या मनात अशी प्रश्नोत्तरे, प्रतिसादही! शेवटी मर्ढेकरांचे 'पसायदान' सुरू झाले. ते ऐकता ऐकता एकूण कार्यक्रमाचा मनावर अंमल चढला.

कार्यक्रम संपल्यावरही काही कामे होतीच. तीही तेवढीच जबाबदारीची होती; पण आधीची कामे करताना मनावर जेवढा ताण होता, तेवढा आता राहिला नाही. खानोलकरांची एक ओळ आहे, 'गाणे सुरू झाले तेव्हा चंद्र होता डोईवर... गाणे संपले आणिक चंद्र झाला रानभर.' चंद्र जेव्हा असा रानभर होतो, तेव्हा बाकीचे सगळेच बिनमहत्त्वाचे वाटू लागते, नाही का? प्रत्येकाच्याच मनात ते 'संपलेले गाणे' असते. इतर गोष्टींची दखल घ्यायला वेळ असतो कोणाला? कोणीतरी म्हणाले, 'फोटोग्राफर कसा नव्हता?' माझ्या मनाने या प्रश्नाचीही दखल घेतली नाही.

दुसऱ्या दिवशी आवराआवर करताना तो प्रश्न आठवला. आदल्या दिवशीचे काहीच तेथे उरले नव्हते. श्रोते निघून गेलेले, खुर्च्या उचललेल्या. पुस्तके एक गठ्ठा करून कपाटात ठेवलेली. फोटोही कपाटात, फोटोला घातलेला हार केराच्या टोपलीत... काय उरले?

तेवढ्यात माझे लक्ष समोरच्या हस्तलिखिताकडे गेले. इतर पुस्तके व फोटो यांच्याबरोबर मी ते कपाटात ठेवले नव्हते. वरच ठेवले होते. इतर कामांतून अधूनमधून वेळ झाला की, ते चाळता यावे म्हणून. रेग्यांनी लिहिलेली शेवटची कविता त्या हस्तलिखितात होती; कवितेचे नाव- 'अवगुंठन.' खाली तारीख : ३१ डिसेंबर १९७७. वर्षाच्या शेवटच्या दिवशी आणि मृत्यूपूर्वी दीड महिना आधी लिहिलेली!

प्रेयसीचा एक जुना फोटो सापडतो. तो पाहिल्यावर जुन्या आठवणी येतात. मागे पाहावेसे वाटते. मागे पाहिल्यावर काय दिसते? तो तिथेही आणखी एक तू होतीस... अगदी पहिली. पहिली खरी, जशीच्या तशी. तिथे तू आहेस, तशी त्या मागेही आणखी एक तू नाही का असणार? मूळ रूपे तशीच ठिकठिकाणी थांबून असतात. मग त्यांचे फोटो असले किंवा नसले तरी काय फरक पडतो?... ती रूपे आणि त्यांच्या अवगुंठनात आपणही.

आणि त्याच्याही मागे
असणारच की तू पुन्हा
- मीच होऊन!

- केवढा आत्मविश्वास! अशा आठवणी जेव्हा येतात, तेव्हाच मध्येच थांबावेसे वाटते. रेग्यांच्या कवितेतील 'त्या' 'देशांतरीच्या गोष्टी' सांगणाऱ्या प्रियकराप्रमाणेच आठवता आठवता आणखी काही आठवले आणि मग शब्द भारावतात : 'आठवते काही, ज्यात बुडाले सात समुद्र, अनंत अंबरे' रेग्यांच्या आणि इतरांच्या काही कविता आपल्या मनात अशाच ठिकठिकाणी थांबून आहेत- सात समुद्र आणि अनंत अंबरे स्वतःत बुडवून!

सगळं काही ठीक आहे

माझा मुलगा रोज दुपारी कॉलेजातून परत येताना, 'मिड्-डे' हे सायंदैनिक घेऊन येतो. त्याच्या आणण्यात कधी खंड पडला, तर माझी मुलगी घेऊन येते. कधीकधी चुकून दोन अंक घरात येतात. मुलांना त्याचे काही वाटत नाही. माझी मात्र घालमेल होत असते. दररोज घेतली जाणारी वर्तमानपत्रे असतातच. रविवारी तीन-चार वेगळे अंकही भरीला असतात; तेवढा खर्च गृहीत धरलेला असतो. त्यात आणखी दहा-बारा रुपये मिळवायचे? हे फारच झाले! मी मुलांना जमेल तेवढ्या शांतपणे हे सांगते. त्यांचे उत्तर तयार असते, ''आम्ही बसने न येता ते पैसे वाचवून 'मिड्-डे' आणतो. बरं, तूही बसचे पैसे वाचवून बटाटेवडा खायला जायचीस ना? तूच सांगितलं होतंस!'' असा माझ्या भूतकाळाचा उद्धार! मग गप्प बसावेच लागते. माझ्या मुलाचा आणखी एक प्रश्न असतो : ''मी आणलेला 'मिड्-डे' आपण सगळेच वाचतो की नाही?''

हे मात्र अगदी खरे! सकाळी वर्तमानपत्रे घरी येतात. ती आल्याखेरीज दिवस चालू झाला असे वाटतच नाही. फारसा वेळ नसतो. बाहेर पडण्याची घाई असते. तरीही वर्तमानपत्रांवरून नजर फिरविल्याखेरीज चैन पडत नाही, यात सवयीचा भाग असतोच. शिवाय दिवसभरात कोणी ना कोणी 'आजच्या बातम्यां'बद्दल बोलत राहणार. त्या वेळी आपले अज्ञान दिसू नये अशी इच्छाही असते. सकाळी वाचलेले फारसे उत्साहवर्धक असते असे मुळीच नाही. अलीकडे तर वर्तमानपत्र वाचल्यावर भीती, वैफल्य वाढीला लागते. पुढचा दिवस दुष्ट बातम्यांच्या जाळ्यात फसून जातो. वाटते, वर्तमानपत्र वाचून दिवसाला सुरुवात करायची जुनी सवय आता बदलली पाहिजे. दिवसाचा पूर्वार्ध तरी निर्लेपपणे, बातम्यांखेरीज काढावा. उत्तरार्धात बातम्या वाचाव्यात आणि त्यावर रात्रीचा पडदा ओढावा. पुन्हा दुसरा दिवस स्वच्छ!

यासाठी वर्तमानपत्रे संध्याकाळीच प्रसिद्ध करण्याचा प्रघात पडला तर? पण इतकी मोठी क्रांती माझ्या एकटीच्या लहरीखातर कशी होणार? तोपर्यंत 'मिड्-डे'चा हा पर्याय बरा आहे! म्हणूनच मी माझा सुरुवातीचा विरोध सोडून 'मिड्-डे'च्या आगमनाला सूक्ष्मसे उत्तेजनच देऊ लागले आहे.

महिन्यापूर्वीची गोष्ट. संध्याकाळी घरी आले. नंतरचा वेळ मोकळा आहे या विचाराने थोडे हलके, प्रसन्न वाटत होते. त्या मन:स्थितीत मिड्-डेचा टेबलावर पडलेला अंक हाती घेतला. आवडती सदरे वाचून झाली. उरलेली पाने मागे-पुढे करत असताना एका शीर्षकाने लक्ष वेधले : 'इट्स ऑल राइट ममी, आय कॅन सी द बेबीज हेड!' हे ते शीर्षक. शीर्षकाखालचा मजकूर वाचू लागले. एका चार वर्षांच्या मुलाने आपल्या भावाचा जन्म कसा पाहिला, या संबंधीची ती एक विलक्षण हकिगत होती.

मुलाचे नाव पीटर. जेन व जॉक कॉवेनबर्ग हे त्याचे आई-वडील. दोघांनाही असे वाटले की, भावंडाचा जन्म हा पीटरच्या आयुष्यातील अत्यंत महत्त्वाचा क्षण आहे. त्याला त्याने साक्षी असलेच पाहिजे! अवती भवतीच्या इतर मंडळींना ही कल्पना फारशी रुचली नाही; पण जॉक-जेनने त्याकडे दुर्लक्ष केले. सेंट आल्बन्स सिटी हॉस्पिटलच्या अधिकाऱ्यांनी आठवडाभर विचार करून शेवटी या कल्पनेला मान्यता दिली. पीटरला त्या वेळी कोणताही संसर्गजन्य आजार झालेला असता कामा नये, पीटरला ते 'दृश्य' झेपले नाही किंवा बाळंतपणात काही अडथळे उपस्थित झाले तर त्याने ताबडतोब तेथून निघून गेले पाहिजे या अटी होत्याच. जेनला मध्यरात्री त्रास होऊ लागला. तिने पीटरलाही हॉस्पिटलमध्ये जाण्यासाठी उठवले. त्याच्याबरोबर एक ब्लॅंकिट, काही खेळणी आणि कोकोने भरलेला थर्मास! कारण लेबर रूममध्ये किती वेळ लागेल याची शाश्वती नव्हती. पहिले दोन-अडीच तास पीटर खेळत होता. अधूनमधून डुलक्या घेत होता. आईला एखादी गोष्ट सांगून तिचे मनोरंजन करत होता. जॉकचे अर्धे लक्ष जेनकडे आणि अर्धे पीटरकडे! कळा वाढू लागल्या तेव्हा जेन बाकीचे सर्व विसरली; फक्त वेदनेची जाणीव. लवकर सुटका होईल की नाही ही भीती! वेदना व भीती यांमुळे ती अधिक दुबळी होत चालली असतानाच तिला पीटरचे आश्वासक उद्गार ऐकू आले, ''सगळं काही ठीक आहे आई, मला बाळाचं डोकं दिसतंय'' हे ऐकून तिला आकस्मिक बळ आले... ते घेऊनच तिने शेवटची कळ दिली!

विलक्षण घटना आहे, यात शंकाच नाही; पण मनात येते, किती आई-बापांना जेन-जॉकचे अनुकरण करणे आवडेल? जेनचे म्हणणे असे की, पीटर निर्मळ, पूर्वग्रहविरहित वृत्तीने तो अनुभव घेऊ शकेल अशी आम्हाला खात्री

वाटली म्हणून आम्ही हा निर्णय घेतला. ही खात्री किती आई-बापांना देता येईल? आईच्या सोसण्याचा, त्याच्या मधूनमधून होणाऱ्या उच्चारांचा मनावर विपरीत परिणाम झाला तर? डॉ. मिरियम स्टॉपार्ड हिने ही शंका बोलून दाखवली आहे. ती म्हणते, 'आईला आपण लेबर रूममध्ये नीट वागू याची खात्री असेल तरच, तिने मुलाला आत प्रवेश द्यावा; पण एकंदरीत हा प्रकार टाळलेलाच बरा... दुसरे असे की, ही कल्पना आई-बापाऐवजी मुलाला सुचली असेल तर अधिक चांगले!'

हे शक्य आहे? लंडनमधील मुले कोणत्या वातावरणात वाढतात, त्या वातावरणात अशी एखादी कल्पना सुचणे शक्य आहे का, हे मला नीटसे ठाऊक नाही; पण आपल्याकडे मुलांची देव हाच जन्म-मरणामागील सूत्रधार अशी कल्पना करून दिली जाते. याहून जरा आधुनिक भूमिका म्हणजे, 'आई हॉस्पिटलमधून बाळ आणते' ही! गूढता कायमच! शरीराच्या कित्येक हालचालींबद्दल असे गूढ बोलत राहणे ही आपली संस्कृती आहे. या संस्कृतीत एखादा पीटर जन्माला येणे अशक्यच आहे.

त्याबद्दल मला काही म्हणायचे नाही. मला कुतूहल आहे ते वेगळेच. पीटरचे पुढील आयुष्य कसे असेल? वयाच्या पाचव्या वर्षीच त्याने जन्माचा सोहळा पाहिला आहे. त्या निमित्ताने मानवी शरीरातील काही घडामोडीही; आता इतर घडामोडींसंबंधी त्याला जिज्ञासा वाटेल की नाही? थरथरत्या मनाने काही रहस्यांचा शोध घेण्याची त्याची उमेद आता वाढेल की ती अजिबात थंडावेल? कदाचित त्याला या सगळ्याचा विसर पडण्याचीही शक्यता आहे; पण हा अनुभवच इतका तीव्र आहे की, त्याचे कायमचे विस्मरण होणे अशक्यच आहे. आयुष्याचे दुसरे टोकही त्याला लहान वयातच दिसेल का? त्याचे आई-वडील त्याला ते पाहू देतील का? की त्या वेळी ते 'मृत्यू म्हणजे देवाघरी जाणे' असे काहीतरी त्याला सांगतील?

कोणीतरी म्हणे एका लहान मुलाला स्मशानात नेले होते. त्या मुलाला प्रिय असलेल्या व्यक्तीचे शरीर कसे कायमचे नाहीसे होणार आहे, ती व्यक्ती पुन्हा कधीही त्याला कशी भेटणार नाही हे त्याला स्पष्टपणे कळावे म्हणून! हे योग्य आहे का? लहान मुलांची आणि काही अनुभवांची अशी घाईने भेट कशासाठी घडवून आणायची? त्यांनाच संथपणे त्या अनुभवांपर्यंत पोहोचू का द्यायचे नाही? त्यांना निवड करण्याची मोकळीक का द्यायची नाही? कोणाला ते अनुभव नसतीलही घ्यायचे. आपण सक्ती करणारे कोण? पीटरही उद्या कदाचित हाच प्रश्न विचारेल. त्याला काय उत्तर देणार

एकच उत्तर सुचते : बाबा, तू जन्म पाहिलास; पण प्रत्येक जन्म स्वतंत्र असतो, म्हणून त्या जन्माभोवतीचे गूढही स्वतंत्र असते. जे जन्माचे तेच मृत्यूचे; प्रत्येक

मृत्यूही स्वतंत्र. या दोन अनुभवांचे कधीही साधारणीकरण करू नको. त्यासंबंधी विचार करत राहा. खंतावत राहा.

'आहे विज्ञान-महंत । आणि भावनेने संत ।

जन्म-मृत्यूची ना खंत । टळे परी ।।'

हे बहुतेकांचे मनोगत आहे. तू तरी त्याला अपवाद कसा असणार? आणि एक लक्षात ठेव. या रहस्याच्या तू कितीही जवळ गेलास, तरी स्वतःचा जन्म आणि स्वतःचा मृत्यू तू कधीही पाहू शकणार नाहीस. मग चिंता कसली? डोके फोडायला खूप जागा आहे. आई-बापांनी जे काही दाखवले ते विसरून जा. 'मी माझा सांगाती' असे मान आणि जन्म-मरणाच्या अंधाऱ्या अरण्यात फिरत राहा, प्रकाशाला साद घालत राहा...

बाकी पीटर आपल्याला भेटणार कसा? आपण आपले स्वतःपुरते पाहावे. मी तेच केले. माझ्या मुलाने मला विचारले, ''काय लिहिते आहेस?'' (हे एक आश्चर्यच! कारण तो माझ्या लेखनाबाबत इतके कुतूहल कधीच दाखवत नाही!) मी अर्धवट गमतीने म्हटले, ''तुझ्याबद्दल लिहिते आहे.'' ''माझ्याबद्दल?'' ''तू 'मिड्-डे' चा अंक आणतोस ना? त्याबद्दल.'' ''कोणता अंक? काय आहे त्यात?'' अंक माझ्या समोरच पडला होता. मी म्हटले, 'हा बघ... एक बातमी आहे...' मी सगळे त्याच्यावर सोपवून मोकळी झाले होते. त्याने अंकाला हातही लावला नाही. इतका शिळा अंक कोण पाहतो?

मी त्याच्याकडे निवड सोपवली. त्याने निर्णय घेतला. ठीकच झाले!

कितीतरी दिवसांत

वीस मार्च. गेले कित्येक आठवडे ही तारीख माझ्या मनात सारखी घोळते आहे. खरे म्हणजे, कित्येक वर्षे ती तेथे घर करून आहे. नेमकी पंचवीस वर्षे. मर्ढेकर त्या दिवशी गेले; वर्तमानपत्रात ती बातमी वाचली आणि फार अस्वस्थ झाले. फार काळ तो अस्वस्थपणा ओसरेना. तसे म्हटले तर, मर्ढेकर माझे कोण? त्यांना कधी पाहिलेही नव्हते. त्यांची कविता वाचली होती आणि तिने त्यांच्या माझ्यात कसलातरी आप्तपणा निर्माण केला होता. या पंचवीस वर्षांत तो एकंदरीने वाढतच गेला हा एक चमत्कारच नव्हे का? इतका दीर्घ प्रवास. कित्येक गोष्टी आपोआपच मागे पडल्या. विस्मरण, दुरावा, भ्रमनिरास- सर्व काही. हे माणसांबद्दल घडले, तसे लेखकांबद्दलही. त्या वेळी जे प्रेमाने वाचले ते आज वाचताना काय वाटेल? काहीच वाटणार नाही बहुतेक. कदाचित हसूही येईल स्वतःचे. म्हणून तर ते पुन्हा वाचायचे नाही. कारण एकेक गळत गेले, तर शेवटी जवळ काय उरणार? शिवाय आयुष्याच्या पुढील वळणावर आपणून पोहोचवणाऱ्या त्या लेखकांबद्दल, पुस्तकांबद्दल कृतज्ञताही पाहिजे ना?

मर्ढेकरांबाबत मात्र असे झाले नाही. त्यांच्या कवितेने आतापर्यंत सोबत, आधार- सगळे काही दिले... ती माझ्या व्यक्तित्वाचाच एक भाग बनून गेली. ती वाचली, पुन:पुन्हा वाचली, वाचून दाखवली, शिकवली. तिच्यावर एक प्रबंधसुद्धा लिहिला! म्हटले तर हा अतिपरिचयच; पण तिने राग धरला नाही. ती प्रत्येक वेळी नवे काहीतरी देत राहिली. माझ्याजवळ इतकी वर्षे टिकून असलेली ही एकच गोष्ट. चांगल्या कवितेइतके टिकणारे, उरणारे दुसरे काही नसतेही. या नात्याचे विश्लेषण कसे करावे? ते फक्त जपावे; जपताजपता वाढावे...

पण मी हेच नाते एकदा तोडायला निघाले होते! दोष माझाच होता. त्या कवितेकडून एकसारखे काहीतरी घेत राहण्याची सवय लागली होती. एक दिवस

तिने माझ्या नावावर ठेवलेली शिल्लक संपून गेली. खाते बंद! मला धक्काच बसला. तरीही मी हट्टाने संबंध संभाळत राहिले; पण कृत्रिमता आली. कृत्रिमतेबरोबर येणारा थंडपणाही आला. कविता वाचताना जाणवू लागले की, त्यात नुसता यांत्रिकपणा आहे. कवितेवरून डोळे फिरतात. मनात उमटत मात्र काहीच नाही. नवे तर नाहीच नाही. एखाद्या जिवलग मैत्रिणीकडे ओढीने जावे आणि तिने तोंडदेखले, 'काय, कसे काय?' असे विचारून पाठवणी करावी, त्यातलाच हा प्रकार! अशा नात्याचा कंटाळा नाही येणार? मग मी नाद सोडला आणि चक्क नवी सोयरीक धरली. कोणाशी ठाऊक आहे? आरती प्रभूंच्या कवितेशी! ही निवड करताना मी कोणताही विचार केला नाही. केवळ अंतर्ज्ञान! दुखावलेल्या, कदाचित तुटलेल्या त्या नात्याची आठवण बुजवण्याची ताकद खानोलकरांच्या कवितेखेरीज दुसऱ्या कोणाच्या कवितेत आहे असे मला वाटलेच नाही!

माझी निवड चुकली नाही. माझ्यामधील 'कलहान्तरिते'ला खानोलकरांच्या कवितेने सावरले. तशी ती कविता पूर्वीपासूनच सातत्याने वाचत आले होते; पण ती मनात रुजली नव्हती. तिला जागा होतीच कुठे?आता मात्र मनात तीच निवांतपणे पसरू लागली. तिने एक वेगळाच मूड दिला. नवे कसे छान वाटत होते! त्या तंद्रीत मी खानोलकरांच्या कित्येक कविता पाठ केल्या. हा त्या कवितांशी केलेला एक प्रकारचा करारच होता. त्यांनी कधीही दूर जाऊ नये म्हणून! या काळात एकदा मर्ढेकरांची कविता शिकवण्याचा प्रसंग आला. मी त्यात पूर्वीसारखी रंगले नाही. सवयीने बोलत असे इतकेच! घरी आल्यावर अस्वस्थ वाटायचे. मग ती अस्वस्थता विसरण्यासाठी 'नक्षत्रांचे देणे!'

हे किती दिवस चालले? दीड-दोन वर्षे तरी असेल आणि केव्हा मिटले? कसे? मला वाटते, मी तिसऱ्या आवृत्तीतील मुद्रणदोष तपासण्यासाठी 'मर्ढेकरांची कविता' वाचू लागले तेव्हा. हे श्री. पु. नी सांगितलेले काम आहे, तेव्हा ते चोख झालेच पाहिजे, असे तीव्रतेने वाटत होते. बारकाईने वाचू लागले आणि वाचतावाचता तिच्यात फसले की! जे वाचन यांत्रिक होईल असे वाटत होते, ते तसे झालेच नाही. हे कसे काय? कवितेबद्दलच्या आपल्या प्रतिक्रियांसंबंधी कोणतेही भाकीत वर्तवता येत नाही हेच खरे! मध्यंतरी थोडी विश्रांती घेतली, त्या कवितेलाही दिली, हेदेखील बरे झाले; त्यामुळे मन तरारले. त्या नात्याचे असे पुनरुज्जीवन झाले आणि मग जवळीक, दृढता वाढतच गेली. या आठवड्यात तर मी 'मर्ढेकरमय'च होऊन गेले आहे. मर्ढेकरांविषयी बोलते आहे, ऐकते आहे. हे सगळे 'वीस मार्च'च्या आसपास.

एक गोष्ट मात्र मनाला लागून राहिली आहे. मी अजून मढर्‍याला जाऊ शकले नाही. ते मर्ढेकरांचे गाव. कन्हाड-सातार्‍याच्या जवळपास आहे. मर्ढेकर जेथे जेथे राहिले तेथे तेथे मी जाऊन आले. पाटणा, कलकत्ता, त्रिचनापल्ली. पाटण्याला गंगेचे 'गगनाला सामावून' घेणारे विशाल पात्र पाहिले. खानदेशात बहादरपूरला 'गणपत वाण्या'चे दुकान पाहिले; पण मर्ढे राहून गेले. जेथे मर्ढेकर अनिच्छेने राहिले ती ठिकाणे पाहिली आणि जेथे जाण्याची मर्ढेकरांना ओढ होती तेथे मात्र गेले नाही. योगच आला नाही! बेत केले, धडपड केली; पण जुळून आले नाही. आजतागायत!

एकदा योग आला होता; पण तो हुकला. ती हकिगत सांगण्यासारखी आहे. कन्हाडला आमचा श्रीनिवास कुलकर्णी हा सन्मित्र राहतो. त्याला माझा बेत ठाऊक होता; त्याच्या मदतीनेच तर मी तो पार पाडणार होते. त्याने अनेकदा आमंत्रण दिले; पण घर, इतर उद्योग सोडून निघणे काही मला जमले नाही. मग त्याने थोडा वेगळा डाव रचला. कन्हाडच्या एका व्याख्यानमालेत 'मर्ढेकरांची कविता' या विषयावर बोलण्यासाठीच मला आमंत्रण दिले. मी राजीखुशीने व्याख्याने देत नाही; पण हे व्याख्यान देण्याचे कबूल केले. म्हटले, असे स्वतःला बांधून घेतले की जाणे होईल. एक तारीख ठरली होती. येथून निघण्याचे, तेथील वास्तव्याचे बेत तयार होते. धावपळ होणार होती; पण दोन दिवसांत मुंबईला दुसर्‍या एका कामासाठी परत यायचे असल्यामुळे ती धावपळ करणे भागच होते. प्रवासाच्या विचाराने माझ्या मनावर ताण येतो; पण या खेपेला मात्र मी आनंदात होते. एक संकल्प पूर्ण होणार होता ना! पण कसले काय? व्याख्यानमालेच्या संयोजकांनी मला दिलेली तारीखच आकस्मिकपणे बदलून टाकली! जी नवी तारीख दिली, त्या तारखेला तेथे जाणे मला शक्य नव्हते. थोडेसे वाईट वाटले; पण सोडून दिले! श्रीनिवासच माझ्यापेक्षा अधिक अस्वस्थ. त्यानंतर प्रत्येक सुट्टीत मढर्‍याला जाण्याचा संकल्प. नुसताच संकल्प! अजून जमलेले नाही. या वीस मार्चच्या आत तेवढे जमायलाच हवे होते असे मात्र वाटत आहे!

मर्ढेकरांना एवढी ओढ का वाटत असेल? पुष्कळ माणसे आपल्या गावाबद्दल जरा भावविवशपणे बोलत असतात; पण ही ओढ वेगळी होती. त्यांचे बालपण खानदेशात गेले. कॉलेजचे शिक्षण पुण्याला झाले. नंतर चार वर्षे इंग्लंडला वास्तव्य. परतल्यानंतर आलेल्या काही विपरीत अनुभवांमुळे संपूर्ण नकाराच्या प्रक्रियेला सुरुवात झाली. माळ तोडली; 'माहेरसासर' दूर केले. 'नतद्रष्ट गाथा' लिहिण्यासाठी ते एकटे, 'अनामिक', झाले. यंत्रयुगातील भीषण, विद्रूप आयुष्याचा शोध घेतला. या शोधात असताना आत कुठेतरी, काही आधार त्यांनी घट्टपणे

पकडले होते. त्यांतील एक 'उद्याचे माउली'चा होता- नव्या 'उद्या'ला जन्म देणारी स्त्री. हे तिचे पारंपरिक उदात्तीकरण नव्हते. दुसरा आधार, कितीही उत्पात झाले तरी काही गोष्टी शाश्वत असतात या विचाराचा होता. तो त्यांच्या 'अजून येतो वास फुलांना' या कवितेत दिसतो. तिसरा आधार 'तू'चा. त्या परम-शक्तीला कितीही शिव्या हासडल्या, तिच्याविषयी कितीही साशंकपणे बोललो तरी, आपल्याला पडणाऱ्या विविध प्रश्नांची उत्तरे फक्त तिलाच ठाऊक आहेत : 'किती वितींचे जीवन माझे, तुलाच ठावे सदारंग तू.' मनातील भयामुळे, पापांमुळे तिच्याशी असलेला संवाद तुटला आहे, याबद्दलची खंत बोलून दाखवली; पण एकदा तो संवाद अचानक झाला. 'गंगेत गगन वितळलेले' पाहिले आणि द्वंद्वे फिटली; पण या क्षणीही मर्ढेकरांनी त्यात विरघळण्याचे नाकारले. 'असशील जेथे, तिथे राहा तू, हा इथला मज पुरे फवारा' कदाचित तेवढ्यावरच माझा अधिकार आहे... खुल्या चांदण्याची ओढ असूनही, वाहत्या पाण्याची शीळ साद घालत असूनही त्यांनी गावाकडे जाण्याचे नाकारले, याचे कारण हेच. 'निर्भय', मुक्त झाल्याखेरीज तेथे जायचे नाही ही प्रतिज्ञा! पण मध्यंतरी जे नाकारले तेच खरोखरी आपले आहे हे कळले होते. ज्या मातीत आपण रुजलो आहोत, तेथेच पुन्हा जाऊन पोहोचले पाहिजे ही ओढ लागली होती. ती ओढ भावनेची होती, तशी बुद्धीचीही.

पंचवीस वर्षांपूर्वी सगळे संपले. 'गावाकडच्या नदीत' जलमय होण्याचे मर्ढेकरांचे स्वप्न अपूर्ण राहिले. त्या स्वप्नाने त्यांचे अवघे जीवनच व्यापले होते. मला तेथे नुकतेच जायचे होते. मर्ढेकरांच्या मानाने माझी निराशा किती लहान...! कदाचित तात्पुरतीही; कारण कधी ना कधी मी मढर्याला जाणारच!

उरलेपण

अलीकडे आपण मृत्यूचा पुष्कळच अलिप्तपणे विचार करू लागलो आहोत. मृत्यू ही एक अटळ घटना म्हणून स्वीकारली जाते. दुःख कोणाला होत नाही? पण ते दुःख शांतपणे सोसले जाते. त्यात संयम असतो, समंजसपणा असतो. ज्या घरात मृत्यू झाला आहे, तेथे सांत्वनाला गेल्यानंतर हे विशेष जाणवते. माणसे आपल्या दुःखात बुडालेली नसतात. ती भेटायला आलेल्या माणसांची चौकशी करतात, त्यांच्याशी इकडच्या-तिकडच्या गप्पासुद्धा मारतात. हे किती समंजसपणाचे, शहाणपणाचे असते? प्रत्येकाशी तेच तेच काय बोलणार? कित्येकदा औपचारिक सांत्वनाला येणाऱ्या माणसांची रीघ लागू नये म्हणून त्यांना भेटीऐवजी पत्र पाठवण्याची विनंती केली जाते ते उभयपक्षी चांगले. सांत्वनासाठी ठरावीक दिवशी, ठरावीक वेळी यावे हीदेखील अशीच एक विनंती.

नुकतीच मी एका घरी सांत्वनासाठी गेले होते. त्यांनी हीच विनंती केली होती. घरातला कर्ता पुरुष आकस्मिकपणे गेलेला. तो धक्का केवढा जबरदस्त असला पाहिजे? पण तरीही ती माणसं सावरून, वागत-बोलत होती. बाई म्हणाल्या, ''सगळा वेळ भेटायला माणसे येत राहिली तर, आपापले व्यवहार कधी करायचे? आणि उद्यापासून आम्ही सगळेच कामावर जाणार आहोत. उगाच कोणाची खेप वाया जाऊ नये, म्हणून ठरावीक दिवस दिले.'' मला हे मनापासून पटले; पण तेथे उपस्थित असलेल्या सगळ्यांनाच ते पटलेले दिसत नव्हते; पण खरे म्हणजे काय चुकीचे आहे त्यात? आपले दुःख सिद्ध करण्यासाठी घरी राहिले पाहिजे असे थोडेच आहे? आणि किती दिवस घरी राहणार? एकंदर जीवनाचा ओघ एका मृत्यूमुळे थोडाच थांबतो? थांबू नये. अलीकडे पुष्कळांच्या मृत्यूबद्दलच्या वृत्तीमागे हा दृष्टिकोन असतो.

पर्ल बक या प्रसिद्ध लेखिकेच्या 'अ ब्रिज फॉर पासिंग' या पुस्तकात हाच

दृष्टिकोन फार प्रभावीपणे व्यक्त झाला आहे. पर्ल बकची 'गुड् अर्थ' ही कादंबरी गाजलेली आहे. इतर काही पुस्तकेही; पण या पुस्तकाबद्दल कोणाला फारशी माहिती दिसत नाही. प्रा. श्री. शं. खानवेलकर यांच्याकडून मी त्या पुस्तकाबद्दल प्रथम ऐकले. त्यांच्याकडून घेऊन ते वाचलेही. त्यानंतर काही वर्षांनी मला ते फुटपाथवर विकत मिळाले. कितीजणांना मी ते उत्साहाने वाचायला दिले असेल! तो उत्साह नडला. कारण कोणीतरी ते पुस्तक परत केलेच नाही. अशी कित्येक पुस्तके गहाळ झाली आहेत. हे पुस्तक गहाळ झाले याचे थोडे अधिक वाईट वाटले. एक तर ते पुनःपुन्हा वाचावे असे पुस्तक होते आणि ते आता कोठे मिळत नाही. अलीकडे दोन-तीन अनुभवांनंतर त्या पुस्तकाची वारंवार आठवण झाली; जवळ असायला हवे होते, असे वाटले; पण जवळ नसले तरी, त्याचा विसर पडलेला नाही. चांगले लक्षात आहे. फार आवडले म्हणूनच ते इतके लक्षात राहिले, दुसरे काय?

'अ ब्रिज फॉर पासिंग' हे एक आत्मकथन आहे. जपानमधील एका खेड्यात पर्ल बकच्या कादंबरीवर आधारलेल्या एका चित्रपटाचे शूटिंग चालू होते. संबंध वेळ त्या संचाबरोबर राहायचे पर्ल बकने ठरवले होते. ती रंगली होती. तेवढ्यात आकस्मिकपणे अमेरिकेहून तार आली. तारेत तिचा नवरा गेल्याची बातमी. ती सुन्न झाली. तो आजारी होता; पण निघण्यापूर्वी, तो आपल्याला पुन्हा भेटणार नाही असे तिच्या मनातही आले नव्हते. तिने दुःख गिळले व ती अमेरिकेला जायला निघाली. विमानाचा प्रवास. त्या प्रवासात तिच्या मनात विचार आला, तो नुकताच गेला आहे, त्याचा आत्मा आभाळात कुठेतरी रेंगाळत असेल. आपण त्याच्या अगदी जवळ आहोत. आपल्याला त्याच्याशी संवाद करता येईल का? मृत आणि जिवंत यांच्यात संवाद शक्य असतो का? पुस्तकात अधूनमधून या प्रश्नाचे उत्तर शोधण्याचा प्रयत्न पर्ल बकने केला आहे. शेवटी या प्रश्नाचे तिला नकारार्थी उत्तर मिळते. ते देणारा प्रसंग असा : चित्रपट पूर्ण होतो. संचातील लोकांना तो दाखवला जातो. पडद्यावर ते सगळे पाहताना एक विलक्षण अनुभव येतो. वास्तविक चित्रपटातील नटीचा शूटिंगच्या निमित्ताने भरपूर सहवास घडलेला असतो; पण पडद्यावर ती वेगळीच दिसते. मनात येते. आपण संकल्पिलेली व्यक्तिरेखा हुबेहूब हीच. तिलाच हे जिवंत, परिपूर्ण स्वरूप मिळाले आहे. लेखकाच्या आयुष्यात याहून आनंदाचा, कृतार्थतेचा दुसरा क्षण कोणता? संवाद शक्य असता तर आपल्या नवऱ्याने या क्षणी तो नक्की साधला असता! ज्या अर्थी त्याचा काहीही प्रतिसाद नाही, त्या अर्थी तो संवाद अशक्य आहे. तो आपल्या आयुष्यातून कायमचा निघून गेला आहे. भिरभिरल्यासारखे होते. दडपलेले दुःख पुन्हा एकदा उफाळून वर येते.

दुःख का दडपले? त्याच्या आहारी जाण्यात काही अर्थ नव्हता म्हणून. म्हणून

तर पर्ल बक अमेरिकेला गेली आणि सात-आठ दिवस राहून शूटिंगच्या ठिकाणी परतली. घरी मुलांशी बोलून झाले होते, सगळी आवराआवरही झाली होती. मग थांबून करायचे काय? रिकामे वाटेल कदाचित. त्यापेक्षा चालू असलेल्या कामात स्वतःला गुंतवून घेणेच बरे. एकटेपणा संपवण्याचा तोच एक मार्ग आहे. परतण्याच्या निर्णयामागे हे विचार होते. शिवाय एक सुबुद्ध भूमिकाही : आयुष्याच्या प्रवाहात मृत्यूने कोणताही व्यत्यय निर्माण करता कामा नये. तो प्रवाह तसाच खळखळत, उसळत चालू राहिला पाहिजे.

शूटिंग चालूच होते. परत आल्यावर पर्ल बकने त्यात स्वतःला गुंतवून घेतले. अशा प्रयत्नांत यश येतेच असे नाही. कधीकधी आटोकाट प्रयत्नांनंतरही जखम भरून येत नाही; त्यामुळे तिला खात्री वाटत नव्हती; पण यश आले. विसर पडत चालला. एकटेपणा जाणवेनासा झाला. नव्या परिस्थितीशी चटकन जुळवून घेता आले. चांगलेच झाले. पर्ल बकच्या मनावरील ताण कमी झाला, निदान तिला तसे तात्पुरते वाटले.

त्यानंतरची एक रात्र. बारा वाजून गेलेले. थकूनभागून आपल्या हॉटेलमधील खोलीवर पर्ल बक परतली होती; पण झोप येत नव्हती. त्या शांत, उदास रात्री त्याच्या आठवणींनी एकदम झडप घातली. काय करावे हे कळेना, ती उठली आणि बाहेर पडली. निर्जन रस्त्यांवरून भटकू लागली. आजूबाजूचे काहीच आपले वाटेना. सगळे परके, दुरावलेले. मनात फक्त तो. त्याने सगळे अस्तित्व घेऊन टाकलेले. मग दडपले काय होते? विसर कशाचा पडला होता? कशाचाच नाही. तो फक्त एक भास होता. अधूनमधून विसर पडल्यासारखे वाटते; पण विसरत नाही काहीच. त्या मन:स्थितीत पर्ल बकला एका मैत्रिणीशी झालेले संभाषण आठवले. तीही एकटी झालेली. ते एकटेपण मिटवण्याच्या प्रयत्नात असलेली; पण ते अशक्य आहे हे तिला कळले होते. ती पर्ल बकला म्हणाली, "इट इज नेव्हर बेटर, इट इज ऑल्वेज वर्स." सुधारत नाही काहीच; उलट हळूहळू अधिकाधिक बिघडत जाते. त्या रात्री पर्ल बकला हाच अनुभव येत होता; पण तरीही जिद् दांडगी होती; त्यामुळे अधूनमधून का होईना, ती एकटेपणाला स्वतःच्या काबूत ठेवू शकत होती.

प्रिय व्यक्तीच्या मृत्यूमुळे निर्माण झालेल्या एकटेपणाशी निगडित असे विविध प्रश्न 'अ ब्रिज फॉर पासिंग'मध्ये हाताळणारे मन किती समृद्ध, प्रगल्भ आहे! प्रत्येकालाच वेगवेगळ्या पातळ्यांवर या एकटेपणाशी झगडावे लागते. त्या वेळी पर्ल बकसारख्या समर्थ व्यक्तिमत्त्वांनी घेतलेल्या अनुभवांमुळे आधार मिळतो. एकटेपण, दुःख धीरोदात्तपणे कसे सोसावे हे कळते. सांत्वन वगैरे सगळे

ठीक; पण जन्मभर स्वतःचेच मूकपणे सांत्वन करावे लागते काही वेळा. त्या वेळी हा आधार उपयोगी पडतो.

हे पुस्तक वाचल्यावर मला इंदिराबाईंच्या कवितेची आठवण झाली होती. पर्ल बकने त्या शांत उदास रात्री जो अनुभव घेतला तोच इंदिराबाईंच्या कवितेत व्यक्त झाला आहे. सर्वव्यापी एकटेपण. ते 'दहा दिशांतून' पसरत येते, सबंध अस्तित्वाला कवेत घेते. आजूबाजूच्या वस्तू 'ऐक जरा ना' म्हणत असंख्य आठवणी सांगत राहतात आणि त्या ऐकून घ्याव्याच लागतात. 'उरलेली ही अशी कोण मी माहीत मजला नाही, नाही' असे स्वतःशी अनोळखी राहून जगावे लागते. हे 'उरलेपण'च फार भयंकर असते. बाकी सगळे संपवले तरी, ते संपवता येत नाही! अशा परिस्थितीतही जगत राहणे किती अवघड आहे! पण ते करणारी असंख्य माणसे आहेत; पर्ल बकसारखी मोठी माणसे आणि... आणि आपल्यासारखी लहान माणसेही!

कारण दुःख भोगताना सगळेच एका पातळीवर असतात!

रंग

अलीकडेच आम्ही आमच्या घराला रंग लावून घेतला. पुष्कळ दिवस घाटत होते. मीच पुढे ढकलत होते. रंग ही गोष्ट आता सहज परवडणारी राहिलेली नाही म्हणून आणि तो फार मोठा व्याप असतो; इतके काम आपल्याला झेपेल की नाही याची शंका होती म्हणूनही. शिवाय त्या धांदलीत माझ्या इतर कामांचे काय होणार, ही भीतीही. माझे मुद्दे बिनतोड होते; पण कोणावरच त्यांचा फारसा प्रभाव पडला नाही. शेवटी मला माझे म्हणणे सोडून द्यावे लागले. रंगकाम चालू झाले. रंगकामाबरोबर थोडे सुतारकामही निघाले, नंतर नव्या रंगाला शोभतील असे नवे पडदे वगैरे. अडगळ काढून टाकणे हाही एक कार्यक्रम होता. सगळी कामे 'एकसमयावच्छेदेकरून' चालली होती. मीही सुरुवातीचा विरोध विसरून जाऊन सगळे उत्साहाने करत होते. 'पुनःपुन्हा कोठे जमते? आता पाच-सात वर्षे तिकडे बघायला नको' असे स्वतःलाच पटवत होते. हा धुमधडाका तीन आठवडे चालला होता. शेवटी सगळे आटोक्यात आले. सामान जागच्या जागी गेले. घर स्वच्छ, चकचकीत दिसू लागले. मी काही क्षण कौतुकाने पाहत राहिले.

पण हळूहळू कौतुक ओसरू लागले. खिन्न वाटू लागले. ती पैसे गेले; वेळ गेला, या विचारामुळे आलेली खिन्नता नव्हती. सुरुवातीला मला तिचे कारणच कळत नव्हते. का बरे असे अस्वस्थ वाटावे? पण नंतर लक्षात आले. मला ते घरच स्वतःचे वाटेनासे झाले होते. परकेपणाची भावना निर्माण झाली होती. मागे एकदा असे झाले होते; पण तेव्हा आम्ही घर बदलले होते. नव्या घराची सवय झाली नव्हती. आता त्या घरात इतकी वर्षे राहूनही परके का वाटावे? आणि तेही अचानकच? फार विचार करावा लागला नाही. घराच्या चकचकीतपणानेच मला खिन्न, अस्वस्थ केले होते. आमच्या घरात नेहमी माणसांची वर्दळ. पुस्तकांनी, मासिकांनी भरून गेलेले घर. मुलांच्या वस्तू इकडेतिकडे

पडलेल्या. भिंतीवर त्यांच्या आवडत्या क्रिकेटपटूंचे फोटो. त्यांतच आमच्या राधाचा लाडका राजेश खन्नाही! कितीही दरडावले, आवरले तरी हे दृश्य कायम. आता मात्र ते बदलले होते. फोटो, पोस्टर्स गेली होती. पुस्तकेही दबून गेल्यासारखी दिसत होती. जणू पूर्वी ती इकडेतिकडे मोकळेपणाने फिरत आणि आता त्याची कोणीतरी नाकेबंदी केली आहे असे वाटत होते. घर शिष्ट दिसत होते. या घरात आमच्यासारखी माणसे कशी वावरणार? हे तर एखाद्या नेपियन सी रोडवरील आलिशान बिल्डिंगमध्ये भेटते तसले घर!

मला ॲन रँडच्या 'फाउंटनहेड' या कादंबरीची आठवण झाली. तिने म्हटले आहे की, प्रत्येक घराला एक व्यक्तिमत्त्व असले पाहिजे. घराकडे पाहून त्या घरात राहणाऱ्या माणसांबद्दल, त्यांच्या स्वभावांबद्दल, छंदांबद्दल कळले पाहिजे. तशी काही घरे मी पाहिली आहेतही. कुमार गंधर्वांचे देवासचे घर. प्रशस्त दालने. प्रत्येक दालनात तंबोरे. ते घर मुळी अखंडपणे गातच असते. द. ग. गोडशांच्या घरातील भिंती बोर्डांनी भरून गेल्या आहेत. प्रत्येक बोर्डवर तऱ्हेतऱ्हेची चित्रे. गोडशांच्या मनात कोणते विचारचक्र चालू आहे याचा अंदाज त्या चित्रांवरून घेता येतो. पुन्हा पुस्तकांसाठी एक स्वतंत्र खोलीच आहे. ते एका व्यासंगी चित्रकाराचे घर आहे हे मुद्दाम सांगावे लागत नाही. बिनचेहऱ्याची घरे काय कामाची? नुसता सजावटीचा थाट काय कामाचा? त्यातील कृत्रिमपणा सहज लक्षात येतो. सगळे असते; पण काहीच त्या घराशी एकजीव झालेले नसते. उलट कुमार, गोडसे यांची घरे म्हणजे ते स्वतःच असतात. आपण त्यांच्याशी तुलना कशी करावी? पण आपल्याही घरी घर आणि आपण यात या प्रकारचे नाते असावे असे वाटतेच. ते नाते तुटल्यासारखे वाटले म्हणून मी खिन्न झाले, अर्थात हे तात्पुरतेच. रंग कायम थोडाच राहतो? तो हळूहळू उडू लागतो. खरा रंग 'आपण घराला देतो' तो.

या विचाराने मला जरा बरे वाटू लागले. तेवढ्यात निरंजन तेथे आला. तोही जरा गोंधळलेलाच. ते साहजिकच होते. त्याच्या खोलीतील भिंती क्रिकेटमय झाल्या होत्या. आता त्यांवर वॉलपेपर चिकटवला होता; त्यामुळे त्या एकाएकी मूक झाल्या होत्या; पण हे सगळे त्याच्या संमतीनेच घडले होते; त्यामुळे तक्रार कशी करणार? तरीही वेगळ्या स्वरूपात ती तक्रार बाहेर पडलीच. तो म्हणाला, ''भिंतीवरचा माझ्या उंचीचा चार्ट गेला!'' गेल्या दोन वर्षांत, त्याची उंची मोजून मी कितीतरी खुणा केल्या होत्या. असे आणखी काय काय गेले? मी आठवू लागले. या घरात भिंतीवर फारसे काही नव्हते. जुन्या घरात मात्र पुष्कळच होते. मुलांनी गिरवलेली इंग्रजी-मराठी अक्षरे, त्यांची चित्रे, कधी नुसत्याच रेघोट्या. एखादे गणित. कधी 'मुक्ता इज अ गुड गर्ल' अशी तरफदारी, तर कधी आपल्या भावंडांचा निषेध! त्यांचे बालपणच त्या भिंतीवर पसरलेले. या भिंतीवरही

त्या बालपणाचे, वाढाळू वयाचे काही अवशेष होते. आता ते सगळे रंगाखाली, वॉलपेपरखाली गाडले गेले आहेत.

पण आमच्या घराच्या चिताडलेल्या भिंती काहीच नव्हेत, अशा भिंती मी पाहिल्या आहेत. ते माझ्या एका मैत्रिणीचे घर आहे. तिच्या दहा वर्षांच्या मुलाने आजवर त्यांचा मुक्तपणे उपयोग केला आहे आणि विशेष म्हणजे, त्याच्या आई-वडिलांनी त्याला स्वच्छतेच्या नावाखाली कोणताही अडथळा केलेला नाही. ते जणू त्याने भिंतीवर लिहिलेले आत्मचरित्रच आहे. मुळाक्षरे, आकडे हे सगळे आहेच. शिवाय शाळेत शिकवलेल्या गाण्यांच्या ओळी, 'गॉड इज ग्रेट' यासारखी सुभाषितेही. भिंतीवर बूट-मोजे घातलेला गणपती काढून अविनाशने त्याची आधुनिक देवकल्पनाही व्यक्त केली आहे. एक भिंत एका प्रचंड इमारतीनेच व्यापली आहे. त्याच्या घरासमोर तयार होत असलेल्या इमारतीचा एकेक मजला जसजसा वर चढत होता, तसतसे त्याचे चित्रही वाढत होते. त्यातील एका मजल्यावर ओनरशिप फ्लॅट घेऊन त्याने आपल्या भविष्याबद्दलच्या स्वप्नांची नोंदही केली आहे. हे झाले स्वतःबद्दल. घरात राहाणाऱ्या इतर माणसांचे काय? त्याचे व त्या माणसांचे बदलते नातेसंबंध भिंतीवरील काही शेऱ्यांवरून लक्षात येतात. एक शेरा 'ममी इज फॅट' हा - तिचा राग आला होता तेव्हाचा! पण ममीने लालूच दाखवल्यावर, 'बी काइंड टु ममी' असा इशाराही! 'राम ईज नाइस अँड जेंटल 'हे आपल्या वडिलांबद्दलचे मत त्याने पुनःपुन्हा लिहिलेले आहे. एकदा आई-वडिलांचा कशावरून तरी वाद झाला. याने लगेच त्या वादातून एक कथा तयार केली आणि ती भिंतीवर लिहून टाकली. या आत्मचरित्राला एक 'स्थानिक' रंगही आहे. भिंतीवर विशिष्ट क्रमाने मुंबईतील बसमार्ग आणि चित्रपटगृहे यांची नावे लिहिली आहेत. चित्रपटगृहांच्या नावाखाली मोकळी जागा; दर शुक्रवारी बदलणाऱ्या चित्रपटांची पोस्टर्स चिकटवण्यासाठी! असे आणखी पुष्कळ.

या दोन-तीन वर्षांमध्ये मात्र त्याने भिंतींवरील चित्रकला थांबविली आहे. ''काही वर्षे त्याला त्या प्रकारच्या आविष्काराची गरज वाटली. आता तो खाली एकटा खेळायला जाऊ शकतो. इतर काही आउटलेटसही आहेत.'' असे त्याच्या आईचे म्हणणे. आता लवकरच घराला रंग लावण्याचा तिचा बेत आहे. मी तिला विचारले, ''याबद्दलची अविनाशची प्रतिक्रिया काय?'' ती म्हणाली, ''तोच मागे लागला आहे. त्याचे मित्र घरी येतात. त्यांनी या भिंतीवरील चित्रांबद्दल प्रश्न विचारले तर, ते अविनाशला आवडत नाही.''

याचा अर्थ, अविनाशला आता भूत-वर्तमान-भविष्य या तीन काळांची जाणीव

होऊ लागली आहे. भूतकाळ हा त्याच्या लेखी गैरलागू. कारण त्याचे सगळे जगणे वर्तमानकाळात केंद्रित झाले आहे. ते साहजिकच आहे. ज्यांचा वर्तमानकाळ नीरस असतो, त्यांना भूतकाळाचे उमाळे येतात. वास्तविक भूतकाळाकडे परत परत जाण्यासाठी फार मोठे धैर्य लागते; पण तो खरा भूतकाळ! आपण ज्या भूतकाळाबद्दल बोलतो, तो रंगरंगोटी केलेला भूतकाळ असतो. तो दूर असल्यामुळे अधिकच सुंदर दिसतो. त्याचे रंग क्षणोक्षणी बदलत असतात. खरी अक्षरे, चित्रे पुसून जातात. तेथे आपल्या कल्पनेतील काही काही उमटत राहते...

घर रंगवून घेण्याच्या उत्सुकतेमागे असे एखादे मानसशास्त्रीय कारण असते का! आणि जन्मभर आपल्या मनात एक उपरेपणाची भावना ठाण मांडून बसलेली असते, ती खऱ्या भूतकाळाशी असलेले आपले नाते तुटलेले असते म्हणून का?

चंद्रोदय

गेल्या दोन-तीन वर्षांत काहीकाही नाटके आली आणि कायमची पडद्याआड गेली. ती आता कशी पाहायला मिळणार? काही अजून रंगभूमीवर आहेत. ती नवी असताना पाहणे जमले नव्हते. आता शक्य आहे; पण त्यातील एखादे पाहण्याचा मनोदय व्यक्त केला की, संबंधित मंडळीच मोडता घालतात : 'आता कशाला पाहता? अमका ते नाटक सोडून गेला. प्रयोग फार मेकॅनिकल होतो' वगैरे. त्याचे म्हणणे खरे असते; पण पहिल्या काही प्रयोगांनंतर नाटक रुळणारच. त्यातील ताजेपणा कमी होणारच. त्याला काय इलाज? नाटक ताजे असताना पाहणे प्रत्येकालाच कसे जमणार? आमचे एक मित्र आहेत. ते म्हणतात, 'नाटकाचे पहिले तीन-चार प्रयोग मुळीच पाहू नयेत. त्यात विस्कळीतपणा असतो. पंचवीस प्रयोगांनंतर नाटक शिळे होते. तेव्हा दहा ते पंचवीस या दरम्यानचा एखादा प्रयोग पाहावा. नाटक दहा प्रयोगांनंतर वयात येते आणि पंचवीस प्रयोगांनंतर उतरते, हा त्यांचा सिद्धान्त. तो सर्वांनाच मान्य होईल, असे नाही. येथे प्रत्येकाचे हिशेब स्वतंत्र असतात; पण पुस्तक जसे नवे असताला वाचावे, तसे नाटक नवे असताना पाहावे हे मात्र खरे. उशीर झाला तर ते काळाच्या चौकटीबाहेर फेकले जाते आणि मग त्यातील अर्धी गंमत निघून जाते. दुसरे असे की, ते नवे असतानाच आपण त्याला मोकळा प्रतिसाद देऊ शकतो. कारण त्या वेळी आपण त्याच्याबद्दलच्या लेखी-तोंडी चर्चांपासून 'अलिप्त' असतो. काही वेळा निर्मात्याने आपल्याला पहिल्या प्रयोगाचे आमंत्रण देऊन ती तोंडी चर्चा सुरू करण्याचा अधिकार बहाल केलेला असतो; त्यामुळे नाही म्हटले तरी, जरा चढल्यासारखे वाटतेच!

पण ते चढणे सोडा. खरे चढते ते पहिल्या प्रयोगाभोवती असलेले वातावरण.

प्रसन्न, उत्सुक. 'कसा होईल प्रयोग?' हा प्रत्येकाच्या मनावरचा सूक्ष्म ताण. यात नाटककार, दिग्दर्शक, नट, प्रेक्षक सगळेच सहभागी. अनेक तालमी झालेल्या असतात; पण कोणतेच भाकीत वर्तविता येत नाही. प्रेक्षकही अपेक्षेने आलेला असतो; पण त्यालाही खात्री नसते. संदिग्धता भरून राहिलेली. काही चांगले घडावे ही इच्छाही. त्या अपेक्षित भविष्याचे स्वागत करण्यासाठी फुलांची तोरणे, सनई-चौघडा, ती फुले आणि ते सूर आवारात उपस्थित असलेल्या सगळ्या माणसांमध्ये एक नाते निर्माण करत असतात. ते हवेच. अर्थात, एकमेकांमधील खरे नाते प्रयोग पाहिल्यानंतर निर्माण होणारे!

कित्येक नाटकांचे पहिले प्रयोग आठवतात. 'तुझे आहे तुजपाशी'ची सध्या काय अवस्था आहे कोण जाणे; पण त्याचा पहिला प्रयोग काय सुंदर झाला होता! कुठे काही काही उणे नव्हते. 'सुंदर मी होणार'च्या पहिल्या (आणि नंतरच्या काही) प्रयोगांत पु. ल. आणि सुनीता देशपांडे यांनी भूमिका केल्या होत्या. या दोन्ही नाटकांचे नंतरचे काही अवतारही पाहिले. त्यांतही समर्थ नटसंच होता; पण त्या व्यक्तिरेखांची आठवण झाली की, अजूनही डोळ्यांसमोर पहिल्या प्रयोगातील नटांचे चेहरे येतात. त्यांचे आवाज कानात घुमू लागतात. आपण काही ऐतिहासिक क्षणांचे साक्षी आहोत असे वाटू लागते. ते खरेही आहे म्हणा. रंगभूमीवर ज्यांनी इतिहास घडवला त्या पु. लं.च्या दोन नाटकांचे पहिले प्रयोग हे ऐतिहासिक क्षण नव्हेत तर दुसरे काय?

पु.लं.नंतर आणखी नाटककार आले. इतिहास घडतच राहिला. अधूनमधून तो पाहिला. या दोन-तीन वर्षांत संबंध कमी झाला. परवाच तो पुन्हा जुळून आला. अगदी नवे नाटक. रंगभूमीच्या ज्येष्ठ मानकऱ्यांचे. पहिला प्रयोग शिवाजी मंदिराच्या आवारात. आमच्यासारखे अनेक उत्सुक चेहरे होते. प्रवेशद्वारापाशी फुलांच्या माळा, सनई-चौघडाही. आत शिरता शिरता सध्या चालू असलेल्या कित्येक नाटकांच्या जाहिरातींचे फलक पाहिले; पण त्याकडे लक्ष द्यायला वेळ होता कोणाला? आमचे सगळे लक्ष अजून जन्माला न आलेल्या, जाहिरातीच्या कवायतीत प्रविष्ट न झालेल्या त्या नव्या नाटकाकडे लागले होते!

अलीकडे नाटके वेळेवर सुरू होतात. हे जरा उशिरा सुरू झाले. ते साहजिकही होते. आतून ठोकाठोकीचे आवाज. संस्थेच्या कार्यकर्त्यांची सचिंत मुद्रेने धावपळ. मध्येच थांबून ओळखीच्या प्रेक्षकांशी, निमंत्रितांशी एखाद्या दुसऱ्या वाक्याची बातचीत. मीही ओळखीचे चेहरे टिपत होतो. त्यांतील काही चेहऱ्यांनी विशेष लक्ष वेधून घेतले. पलीकडे जयवंत दळवी. चेहरा थोडा गंभीर. त्यांना आपल्या नाटकांच्या पहिल्या प्रयोगांची आठवण येत असावी. दळवींच्या थोडे मागे विश्राम बेडेकर बसलेले. नजरेत धार. आमच्यापुढे बाळ कोल्हटकर बसले होते. या नाट्यक्षेत्रात नावलौकिक

मिळवलेल्या अनुभवी व्यक्ती. प्रसूतिगृहात आलेल्या बाईविषयी तेथील इतर बायकांच्या मनांत जी सहानुभूती व चिंता असते तीच या नाटककारांच्याही मनात असावी! शिवाय नाटककार होण्याची सुप्त महत्त्वाकांक्षा बाळगून असणारे काहीजण असतीलच! त्यांच्या मनात त्यांच्या भावी नाटकाच्या पहिल्या प्रयोगाची स्वप्ने. कोणीच कोणाशी मोठ्याने बोलत नव्हते. सबंध प्रेक्षागृहात एक हलकी कुजबूज. कान तिसऱ्या घंटेकडे, पडदा कधी उघडतो याकडे. तिसरी घंटा झाली आणि काय आश्चर्य, दिग्दर्शक दामू केंकरे चक्क प्रेक्षागृहात प्रवेश करते झाले! त्यांनी उडी मारून ऑर्केस्ट्रापिटात बैठक ठोकली. असे कधी घडते? आणि तेही पहिल्या प्रयोगाच्या वेळी? आपण थिएटरमध्ये 'डायरेक्टर्स होल' कसे असते. त्यातून दिग्दर्शक नाटक कसे पाहतो याविषयी ऐकतो; पण हे काही वेगळेच! दामू केंकरे नेहमीप्रमाणे रिलॅक्स्ड. इतरांना त्यांचा जणू 'कशाला एवढे टेन्स होताय?' असा प्रश्न. केंकऱ्यांना पाहिल्यावर टेन्शन थोडे निवळले हेही खरेच.

पडदा उघडला. नायिकेवर स्पॉट. तो नीट जुळावा म्हणून केंकरे जातीने लक्ष घालत होते. माझे लक्ष दोन्हीकडे. नायक अंधारात, भासात; भास संपला. हळूहळू प्रकाश उजळला. प्रयोगांची संख्या पुढे सरकू लागली की, सेटचा रंग उडू लागतो. हा सेट हिरवागार. नायकाच्या समृद्ध लौकिक आयुष्याशी संवाद साधणारा. नायकाचे कपडेही कोरे. वास्तविक नायकाची भूमिका करणारा नट नाणावलेला होता; पण कोरे कपडे घातल्यावर चेहऱ्यावर जो एक बावरलेला बालिश भाव असतो तो त्याच्याही चेहऱ्यावर होता. ते फार छान वाटत होते. हळूहळू कपड्यांचीही सवय होते - आणि मग त्यांच्याशी असलेले नाते कोमेजू लागते.

पहिले काही क्षण नायकाप्रमाणे प्रेक्षकही शोध घेत होते. अशा ताणलेल्या वातावरणात बैफल्य फार चटकन येते. भासचित्र जरा लांबले, अजून काही विशेष घडत नाही असे वाटू लागल्याबरोबर प्रेक्षकांनी मागणी केली, 'पंखे चालू करा.' एक-दोन मिनिटे तो गोंधळ. मंडळींची धावपळ; पण उजेड पडल्यावर नायकाने पहिले वाक्य उच्चारले मात्र, प्रेक्षक एकदम शांत झाले, सैलावले. काही पंखे चालू झाले होते हे त्याचे एकमेव कारण नव्हते. निर्मितीआधी कलावंताच्या मनावर ताण असतो, तसा आस्वादाआधी रसिकाच्या मनावरही असतो. तो सैल होऊ लागल्यानंतरचे क्षण फार सुंदर असतात. मुक्त वाटते. ताजा आत्मविश्वास येतो. ध्यान फक्त निर्मितीचा विषय किंवा आस्वादाचा विषय यावरच केंद्रित होते. तेच झाले होते. ते ध्यान मध्येच ढळले की, प्रेक्षकांना उकडत असल्याची आठवण येत होती. मग 'पंखे चालू करा' किंवा 'आवाज, आवाज!'

त्यांच्या मागण्या चुकीच्या होत्या असे नाही; पण आरडाओरडा थोडा अधिकच होऊ लागला तेव्हा मी त्रासून मागे पाहिले आणि पुन्हा आश्चर्य! अधिक मोठे.

मागच्या रांगेत वि. वा. शिरवाडकर बसले होते. शांत, अविचल चेहरा. चेहऱ्यावर उपजतच असलेले खानदान जराही न ढळलेले. नाटकात व्यत्यय येतो आहे म्हणून चिंता नाही. एखाद्या वाक्याला दाद मिळते आहे म्हणून अतिरिक्त खुशी नाही; पण त्याबरोबरच उदासीनताही नाही. गुंतवणूक; पण ती आवश्यक तेवढ्या प्रमाणात. त्यांची झोकून देऊन केलेली गुंतवणूक आहे फक्त साहित्यात. ती 'विशाखा' या त्यांच्या काव्यसंग्रहाच्या काळापासून चालू आहे - आजतागायत. 'विशाखा' हे प्रचंड यश. 'नटसम्राट' हे अलीकडच्या काळातील तेवढेच प्रचंड यश; पण सगळे प्रगल्भतेने रिचवलेले. मातीने पाणी शोषून घ्यावे, तसे. कुसुमाग्रजांच्या - शिरवाडकरांच्या - एका कवितेत एक 'संन्यस्त पारिजात' आहे. पायाशी पुष्परास पडलेली. ती त्याचीच फुले; पण तो त्यांच्याहून दूर, संपूर्णपणे स्वतः. अशी आयुष्याच्या प्रत्येक क्षणी स्वतः राहणारी माणसे किती विरळ असतात!

मला भरून आले. किती वर्षांनी मी कुसुमाग्रजांना पाहत होते! हा नाटककार आपले नाटक लपूनछपून बघत नव्हता. सरळ आमच्यातच येऊन बसला होता. स्थिरचित्त, निर्भय. हे त्यांच्या व्यक्तिमत्त्वाशी किती जुळणारे होते! पण मी अधूनमधून शिरवाडकरांकडेच पाहत राहिले. कधी नाटक, कधी नाटककार. हे पहिल्या अंकात. कारण दुसऱ्या अंकात मात्र त्यांच्या व्यक्तिमत्त्वाचे चांदणे प्रेक्षागृहात पसरले होते. नाटकाचे नाव होते, 'चंद्र जिथे उगवत नाही!' आम्ही मात्र तो चंद्र पाहत होतो. केवढा अविस्मरणीय चंद्रोदय होता तो!

दिंडी

रविवार संपतो. सोमवार उजाडतो. लगेच आपण येणाऱ्या रविवारबद्दलचे बेत आखू लागतो. आठवडा पुढे सरकतो तसे, बेत पक्के होऊ लागतात. कधी ते प्रत्यक्षात येतात, कधी येत नाहीत; पण ते करण्यात गंमत असते. 'पिकनिकला जाऊ', 'देशपांड्यांना जेवायला बोलवायचं राहून गेलंय. येत्या रविवारी बोलवू या.' 'दुभंग'चा प्रयोग असेल का या रविवारी? असल्यास पाहून टाकू,' 'प्रतिभा आणि प्रतिमा'मध्ये कोणता कार्यक्रम आहे? दुसरं, तिसरं काही करायचं नाही. छानपैकी जेवायचं अन् विश्रांती घ्यायची... असे अनेक बेत. आठवड्याच्या चाकोरीतून गेल्यावर मनाला थोडा उल्हास, थोडी तरतरी देण्याचा प्रयत्न. या प्रयत्नाचे स्वरूप प्रत्येकाच्या मनोवृत्तीनुसार बदलणारे. जितक्या मनोवृत्ती तितके बेत!

म्हणून तर रविवारी सकाळी मोर्चा काढण्याचा एखादा बेतही ठरू शकतो. इतकेच नव्हे अमलातही येतो! मोर्चा- पण विधानभवनावर गेलेला नव्हे. दिंडी- पण शेतकऱ्यांची नव्हे. घोषणा- पण कोणाचा निषेध करण्यासाठी नव्हेत. कोडे वाढत चालले ना? फार ताण न देता गौप्यस्फोट केलेला बरा. ही होती ग्रंथवेड्या वाचकांची दिंडी. 'ग्रंथाली'ने आयोजित केलेली. ग्रंथवेडे वाचक कोण म्हणता? तुम्ही-आम्हीच! 'ग्रंथाली' ही 'अभिनव वाचक चळवळ' उभारणारी संस्था. गेली काही वर्षे ही संस्था अस्तित्वात आहे. तिच्यातर्फे 'बलुतं', 'क्लोरोफॉर्म', 'उपरा' यांसारखी वेगवेगळ्या प्रकारे खळबळजनक पुस्तके प्रसिद्ध झाली. 'ग्रंथाली'ने ती पुस्तके आपल्या सदस्यांना घसघशीत सवलतीत दिली. तोच तर या संस्थेचा प्रमुख उद्देश. वाचकांनी पुस्तके विकत घेऊन वाचावीत. हे साध्य व्हावे म्हणून वेगवेगळे उपक्रम. त्यांतील एक म्हणजे, ही दहा मेच्या रविवारी आयोजित केलेली दिंडी. 'ग्रंथ घटना' हे तिचे नाव. एक 'हॅपनिंग'!

'घटिकापात्राचा मुहूर्त साधून सकाळी अचूक साडेनऊ वाजता' दिंडीतील पहिल्या कार्यक्रमाला सुरुवात झाली. या कार्यक्रमाचे नाव 'नादब्रह्म'. सुरुवातीला वीस-पंचवीस लोक तरी सहज होते. 'साहित्य सहवासा'च्या परिसरातील आणखी काहीजण सामील झाले. गर्दी वाढली. मृदंग-झांजांच्या झनझनाटात अभंगगायनाला सुरुवात झाली. हे ग्रंथांचे माहात्म्य सांगणाऱ्या दोन अभंगांचे सामुदायिक गायन होते. अभंगांची रचना बहुतेक र. कृ. जोशी यांनी केली असावी. संगीत दिग्दर्शक अशोक रानडे. हे दोघे दिंडीचे प्रमुख सूत्रधार. दोघांनीही स्वतःला कार्यक्रमात झोकून दिले होते. त्यांची मुक्त आणि तरीही एकंदर कार्यक्रमाची शिस्त पाळणारी वागणूक इतरांमधील तटस्थपणा, संकोच कमी करण्यास उपकारक ठरत होती. मृदंग घुमत होता. 'साहित्याच्या मित्रांसाठी, पुस्तकांची झाली दाटी' या शब्दांच्या गजराने वातावरण भरून गेले होते. दिंडी पुढील कार्यक्रमांसाठी पुढे सरकत होती.

दुसरा कार्यक्रम ग्रंथलेखन. साहित्य सहवास व पत्रकारनगर यांमधील रस्त्यांवर संयोजकांनी मोठे कोरे कागद पसरले. कोणीही ग्रंथाविषयीचा एखादा विचार त्यावर लिहावा हा हेतू. 'पुस्तके विकत घेऊन वाचावीत'; 'लेखकांनी वाचावे', 'लिहिले नाही तरी चालेल; पण वाचावे, (इतरांचे)! यांसारखे विचार. लोक पुढे सरसावत होते, लिहीत होते. आपल्या सह्या ठोकत होते. हा होता उत्स्फूर्त नाट्याविष्कार. 'साहित्याच्या मित्रांसाठी' या अभंगाचे पार्श्वसंगीत होतेच. रंग जमू लागला होता.

नंतरचा टप्पा पत्रकारनगर. एक मोठे वर्तुळ करून मंडळी उभी राहिली. मध्यभागी र. कृ. जोशी, त्यांच्यासमोर एक वर्तुळ काढलेला कागद. वर्तुळाचे पुष्कळ भाग. त्यांनी तयार केलेला विविधभाषी व्यवहारातील मंत्र म्हटला जात होता. प्रत्येक भाषेचे आद्याक्षर तिच्याच लिपीत काढलेले फलक होते. ते अक्षर सर्वांना दाखविले जाई. मग र. कृ. जोशी ते वर्तुळाच्या एका भागात लिहीत. मंत्राचे एक आवर्तन पूर्ण होईल; त्यानंतर दुसरे अक्षर. अशी एकूण सतरा-अठरा आवर्तने झाली. वातावरण खरोखरच मंतरले गेले. मन लौकिकाची पातळी सोडून वेगळ्या ठिकाणी गेले.

पण अशा कार्यक्रमात फार भावविवशता येणे बरे नव्हे. रोखठोकपणा हवाच. तो दिंडीने पत्रकारनगरातून बाहेर पडून भररस्त्यावर दिलेल्या घोषणांमुळे आला. 'वाचक चळवळ झिंदाबाद' ही प्रमुख घोषणा होती. दहा-पंधरा मिनिटे घोषणा सुरू होत्या. आजूबाजूची मंडळी 'काय गडबड आहे' म्हणून खिडक्यांतून, गॅलऱ्यांतून उभी राहिली; पण त्यांनी नुसते कोरडे कुतूहल दाखवणे अपेक्षित नव्हते. त्यांचा प्रत्यक्ष सहभाग हवा होता. या दृष्टीने 'बघताय काय? सामील व्हा' ही एक घोषणा दिली जात होती. तिचा कितीसा उपयोग झाला, कोण जाणे! खाली उतरलेले,

सामील झालेले लोक मला तरी दिसले नाहीत. मनाला जरा खंत वाटली. गंमत म्हणून तरी यायचे; पण 'ग्रंथाली'चे संयोजक नाउमेद झाले नाहीत. वाचक आपल्यापर्यंत पोहोचले नाहीत, तरी आपण त्यांच्यापर्यंत पोहोचायचे, हा त्यांचा निश्चय होता. म्हणूनच या कार्यक्रमासाठी तयार केलेले फलक, 'ग्रंथाली'ची पुस्तके आजूबाजूच्या घरात पोहोचवली जात होती. घोषणा विरून गेल्या, तरी त्यांचे फलक जिथे जागा मिळेल तिथे अडकवले जात होते.

दिंडी आणखी पुढे गेली. काही अंतर संपल्यावर गाणारी, गरजणारी दिंडी मूक झाली. आता प्रत्येकाच्या हातात एक पुस्तक होते. वाचतवाचत उरलेला मार्ग काटायचा होता. हे काही काळ चालले आणि मग एक ढंगदार गाणे सुरू झाले. .... ! 'चल उचल पुस्तक, तिथं झुकव मस्तक, तुला ज्ञानेश्वरांची आण...' ज्ञानेश्वर, केशवसुत, मर्ढेकर, पु. ल. देशपांडे, दुर्गाबाई - नावे गुंफली जात होती. हे गाणे गात, दिंडी साहित्य सहवासात परतली तेव्हा या गाण्यात 'काणेकरांची आण' ही न विसरता घातली गेली. असा एकसारखा वाचकांशी संवाद साधण्याचा, त्यांना आवाहन करण्याचा प्रयत्न.

पुढचा कार्यक्रम हा एक गमतीदार खेळ होता. कोणीतरी फासा टाकायचा आणि मग एका चौकोनात उभे राहून 'प्रतिक्रिया' ऐकायची. कोणाला 'स्वाभिमान पारितोषिक'; कोणाला 'दुसरी आवृत्ती निघणार' हा दिलासा; कोणाची 'आवृत्ती संपत नाही'; कोणाच्या 'पुस्तकांची होळी'; कोणाच्या पुस्तकांवर 'अश्लीलतेच्या आरोपागुळे बंदी.' सगळाच खट्याळपणा! मोकळे, खेळीमेळीचे वातावरण. याच वातावरणात 'ग्रंथाली'ची पुस्तके वेगवेगळ्या घरांतून पोहोचविण्यासाठी जे गेले होते, त्यांच्या अनुभवकथनाला सुरुवात झाली. कोणी कसे वागवले? त्याहून महत्त्वाचे म्हणजे एक पुस्तक आपल्याकडे सहज आले याचे त्यांना काय वाटले? वागणूक बरी मिळाली, 'ग्रंथाली'ला एक-दोन सदस्यही मिळाले; पण पुढे काय?

दिंडीतून परतताना माझ्या मनात हाच प्रश्न घोळत होता. दिंडीची आखणी उत्तम होती. सगळे अगदी वक्तशीर. कार्यक्रमाची संकल्पनाही चांगली. पुष्कळजण उत्साहाने सहभागी झाले; पण पुष्कळ म्हणजे किती? फार तर चाळीस-पन्नास ! आणि 'ते' कोण? तर लिहिणारे, आस्थेने वाचणारे, विकत घेऊन वाचणारे. त्यांनी आपली ही तळमळ अधिक मोठ्या वर्तुळात पसरविण्याचा प्रयत्न केला; पण कितीसे यश आले? ठिकठिकाणी लोकांनी येऊन मिळावे ही अपेक्षा होती; पण लोक नुसते खिडकीतून, बाल्कनीतून बघत राहिले. ज्यांना ग्रंथालीने भेट म्हणून पुस्तके दिली त्यांचे काय? ते यापुढे महिन्यातून एखादे तरी पुस्तक विकत घेत राहतील? शंका वाटते. वाचणे, पुस्तक विकत घेणे या गोष्टींना आपल्या जीवन-व्यवहारात स्थानच नाही. दिंडी रस्त्यावरून चालली होती तेव्हा तिच्याकडे दृष्टिक्षेप टाकत, बसची वाट

पाहत असणारे कोणीतरी म्हणाले, ''कोणतं पब्लिक आहे कोण जाणे!'' खरे आहे! हे 'पब्लिक' इतके लहान आहे की, त्यांना कोणी ओळखतच नाही!

असे का! महागाई वाढली आहे, सगळी पुस्तके विकत घेणे परवडत नाही; हे काही खरे नाही. इतर सगळे परवडते आणि आपल्या आवडीचे एखादे पुस्तक घ्यायला पैसे नसतात? पुस्तक ही गोष्ट महत्त्वाची वाटू लागली की, पैसे आपोआप येतील. कोणी म्हणेल, सोन्या-नाण्यामुळे घराची प्रतिष्ठा वाढते, फर्निचरमुळे सौंदर्य वाढते, रेफ्रिजरेटर इत्यादी गोष्टींमुळे सुखसोय वाढते, तसे पुस्तकांमुळे काय वाढते? उत्तर एकच. पुस्तकांमुळे त्या घरात राहणाऱ्या माणसांची संस्कृती वाढते. - घरात पुस्तकांइतकी सततची सोबत कोणाचीच नसते.

एक गोष्ट आठवते. 'साहित्य सहवासा'तील काही घरांना भेट देऊन आमच्याकडे आलेला एक पाहुणा म्हणाला, ''तुम्ही तुमची सगळी पुस्तके एका ठिकाणी का ठेवत नाही? उदाहरणार्थ, ज्ञानेश्वरी. प्रत्येकाच्या घरात ज्ञानेश्वरी, याला काय अर्थ आहे? खाली एक वाचनालय तयार करा. ज्याला ज्ञानेश्वरी लागेल, त्याने तेथे जायचे आणि ती घ्यायची'' पाहुणा त्याच्या मते एक फार चांगली कल्पना सांगत होता. मला त्याने हसू येत होते. मी ज्ञानेश्वरी रोज वाचली न वाचली तरी, माझ्या घरात ती चोवीस तास हवी... तिच्या माझ्या सहवासात मला कोणताही अंतराय चालणार नाही, हे मी त्याला कसे पटवून देणार होते?

असे अनेक किस्से आहेत. दुसरे एक 'हॅपनिंग' तयार होण्याइतके; पण या हॅपनिंगचे सूत्रधार म्हणून आम्हाला र. कृ. जोशी नकोत. तो पाहुणाच पाहिजे. त्याने आम्हाला 'ज्ञानेश्वराची आण' घातली पाहिजे. हे व्हायला आणखी किती वर्षे लागतील?

चिक्कणमाती

'मुंबई ग नगरी, नगरी बडी बाका' हे 'मुंबईवर्णन' आता जुने वाटते. कारण मुंबई आता 'नगरी' या शब्दात मावू शकत नाही. प्रथम ही जाणीव झाली तेव्हा तिला 'महानगरी' म्हणण्यात येऊ लागले; पण तो शब्दही आता थिटा वाटू लागला आहे. मुंबई वाढतेच आहे. मुख्य शहरातील ऐसपैस बंगले कधीच पाडले गेले. त्यांच्या भोवतीच्या बागाही उद्ध्वस्त झाल्या. त्या जागी आता गगनचुंबी इमारती आहेत. काल-परवापर्यंत टुमदार, निवांत दिसणारी उपनगरेही बकाल झाली आहेत; जिकडेतिकडे को-ऑपरेटिव्ह हाउसिंग सोसायट्या. कोणाकोणाला एक वीत जागा, तर कोणाला पाच विती. तेवढी जागा मिळाली आणि येण्या-जाण्यासाठी व्यवस्थित वाहने मिळाली की, मुंबईकर आनंदात! इतर गरजा गौण. इतर दु:खेही गौण. आपल्या आयुष्यातील जिवंतपण आता कायमचे हरवले आहे याचे दु:ख होत नसेल असे थोडेच आहे? पण मुंबईकर प्रयत्नपूर्वक ते दु:ख विसरतो. त्या दु:खावर फुंकर घालण्यासाठी इतर काही सुखांचा - पुन:पुन्हा उच्चार करत राहतो. उदाहरणार्थ, 'आमचा ब्लॉक तिसऱ्या मजल्यावर आहे... दिवसभर इतका छान वारा असतो! उन्हाळा मुळीच भासत नाही...' किंवा 'गच्चीवर चला, व्ह्यू काय फर्स्टक्लास दिसतो!' अवकाशाशी, विस्ताराशी आपला संबंध आहे असे तो स्वतःला पुन:पुन्हा पटवत असतो. त्याला तेवढेच बरे वाटते.

हे झाले जन्मजात मुंबईकरांविषयी किंवा जे जन्माने मुंबईकर नाहीत; पण पुष्कळ वर्षे मुंबईत काढल्यामुळे मुंबईचेच होऊन गेले आहेत अशांविषयी; पण सगळेच मुंबईला अशी आपलीशी करून घेऊ शकत नाहीत. मुंबईत कितीही वर्षे काढली तरी, मनात तिच्याविषयी दुरावा राहतो. मुंबईबाहेर पडणे हे त्यांचे स्वप्न आहे. कधीकधी ते सफल होते. कधीकधी या ना त्या कारणाने मुंबईतच अडकून पडावे

लागते. मग जगत राहायचे... ज्या मातीत आपली मुळे रुजली आहेत त्या मातीची आठवण काढत... त्यांना 'व्ह्यू'चे कौतुक नसते. त्यांना आपले नाते आभाळाशी जोडता येत नाही, कारण त्यांचे मातीशी असलेले नाते तुटलेले नसते! मुंबईत कुठली आली आहे माती? घरात फरशीवरून आणि बाहेर कच्च्या-पक्क्या रस्त्यांवरून हिंडायचे. चालणे एकूण कमीच. सगळी भिस्त वाहनांवर. मग कुठून येणार मातीशी संबंध?

फक्त मुंबईच नव्हे, एकूण आधुनिक संस्कृतीच मातीला दुरावत चालली आहे. मनिप्लांट जसे मातीशिवाय वाढते, तशी आता माणसेही मातीशिवाय वाढू शकतात! पूर्वी चूल, शेगडी सारवायला माती लागायची. आता चूल-शेगडीच अस्तंगत होऊ लागली आहे. पूर्वी जमिनीत माती असायची. आता जमिनीऐवजी फरशी आली आहे. फरशीलाही साक्षात स्पर्श नाही. फरशीवर वावरताना पायांत सपाता. बसायचे असेल तर खुर्चीवर. आता जेवणाची तयारी करायची म्हणजे पाट-पाणी घ्यायचे नाही, तर टेबल मांडायचे. जमिनीपासून एकसारखे वर!

ज्यांनी मनाने मुंबईचा, आधुनिक संस्कृतीचा स्वीकार केलेला नाही, त्यांना हे खटकते. ही माणसे वेगवेगळ्या प्रकारे आपली बेचैनी व्यक्त करतात. कधी स्पष्टपणे तर कधी सूचकपणे. कधीकधी तर ती जे म्हणत असतात त्यामागे त्यांची बेचैनी आहे, हे त्यांचे त्यांनाही कळलेले नसते. मग आपल्याला ते कसे कळणार? निदान मला तरी ते कळले नाही. मी आता मुंबईची होऊन गेले आहे, म्हणूनही तसे असेल कदाचित; पण मी मूळची मुंबईची नव्हे; त्यामुळे कोणीतरी त्या बेचैनीचे विवरण केल्यानंतर मला ते पटेलही कदाचित.

विवरण डॉक्टरांचे - माझ्या आईसंबंधी. ती गेली वीस-बावीस वर्षे मुंबईत आहे. नुकती आली, तेव्हा हिंडत-फिरत होती. कोणाच्याही मदतीशिवाय चार ठिकाणी जाऊ शकत असे. त्या वेळी ते फारसे कठीणही नव्हते. कारण त्या वेळची मुंबई आताच्या मानाने पुष्कळच शांत होती. बस, लोकल पकडायला फारसा त्रास पडत नसे; त्यामुळे आईचा व मुंबईचा सुरुवातीच्या काही वर्षांतील सहवास तसा सुखाचा होता. नंतर तिचा सांधेदुखीचा त्रास वाढला. फिरणे कमी झाले. हळूहळू ते बंदच झाले. मग मात्र कोंडल्यासारखे वाटू लागले. गावाकडच्या-कोल्हापूरच्या-आठवणींना भर येऊ लागला. तेथे इतके जखडल्यासारखे झाले नसते, असे तिला मनातून वाटत होते की काय कोणास ठाऊक. ते खरेही आहे. ऐसपैस घर. बाहेर पडले नाही तरी, बाहेर न पडल्यासारखे वाटू नये. समोर खूप मोठे, मोकळे अंगण. घटकाभर तेथे

बसावे आणि भरपूर ताजेतवाने व्हावे. सांधेदुखी सुरू झाल्यानंतरची तिची दुसरी तक्रार मात्र मजेशीर होती. ती म्हणायची, ''तसं सगळं ठीक आहे; पण खाली बसता येत नाही!'' हे ती अनेकांना सांगायची आणि मला हसू यायचे. वाटायचे, ही कसली तक्रार? खाली बसायचा प्रसंग येतोच कुठे? प्रत्येक खोलीत कमी उंचीचे दिवाण आहेत. झोपायचे पलंगावर, जेवायचे टेबलावर. ओट्यापाशी उभे राहून काही करायचा प्रश्नच येत नाही. कधीतरी तळणं वगैरे करायचे असेलच तर एखादे छोटे स्टूल घेऊन त्यावर बसले की झाले काम, मग अडते आहे कुठे?

काही आठवड्यांपूर्वी दुसऱ्या एका तक्रारीवर इलाज करण्यासाठी तिला डॉ. फळणीकरांकडे नेली. ते होमिओपॅथीचे तज्ज्ञ. अचूक निदानाबद्दल व औषधोपचाराबद्दल ख्याती मिळवलेले. त्यांनी आस्थेने सगळे ऐकून घेतले. विविध प्रश्न विचारले. उत्तरांतून जी माहिती मिळत होती तिची ते टिपणे घेत होते. आईने त्यांच्याकडेही 'खाली बसता येत नाही' ही तक्रार केली. मला राहवले नाही. मी डॉक्टरांना म्हणाले, 'तिला एवढं का खटकतं कोणास ठाऊक. आम्हाला खाली बसता येत असूनही आम्ही कुठे खाली बसतो?' वाटले होते की, ते मला दुजोरा देतील; पण अंदाज चुकला. ते म्हणाले, ''तुमची गोष्ट वेगळी आहे. तुमच्या आईच्या पिढीतील लोकांना आपला जमिनीशी असलेला संबंध कायम ठेवायची ओढ असते...'' हे ऐकल्यावर मला एक नवीनच दृष्टिकोन मिळाला. आजवर जे व्यर्थ वाटत होते त्यातील अर्थ उमगला.

त्यानंतर पुष्कळ दिवस मी यासंबंधी विचार करत होते. हळूहळू लक्षात येऊ लागले की, डॉ. फळणीकरांनी ज्या ओढीचा उल्लेख केला, ती ओढ प्रत्येकातच असते. कोणात कमी, कोणात अधिक. माझ्यातही ती ओढ आहे. एरवी मला खुर्च्यांऐवजी गादी-तक्क्याच्या बैठकीचे एवढे आकर्षण का वाटले असते? 'मातीची दर्पोक्ति', 'मृण्मयी' यांसारख्या कविता एवढ्या का आवडल्या असत्या? मला माझ्या ओढीचा असा प्रत्यय येतो. आणखी कोणाला वेगळ्या तऱ्हेने येत असेल... कोणी त्याला सुंदर शब्दरूप देते, कधीकधी ते थोडे भावविवशही वाटते... पण भावना खरीच. खरी आणि सनातनही.

अशा भावनांचे प्रतिबिंब पुष्कळ वेळा लोकगीतांतून पडलेले असते. मी जेव्हा मातीसंबंधी वाटणाऱ्या ओढीचा विचार करत होते, तेव्हा मला अचानक एका गाण्याची आठवण झाली. ते गाणे आम्ही हादग्याच्या वेळी म्हणत असू. हादग्याला भोंडला असेही एक नाव आहे. भोंडला नऊ दिवसांचा असतो. आमचा हादगा सोळा दिवसांचा असायचा. भिंतीवर हादग्याचे चित्र. त्याला फळा-फुलांच्या माळा. प्रत्येक

दिवशी एकेक माळ वाढवायची. संध्याकाळी मैत्रिणी हादगा नाचायला यायच्या. पाटावर रांगोळीने हत्ती काढायचा. त्याभोवती नाचायचे. रोज एकेक गाणे वाढवत, शेवटच्या दिवशी सोळा गाणी. असे प्रत्येकाच्या घरी दोन-तीन तास कसे निघून जायचे हे कळायचे नाही. सोळाव्या दिवशी हादगा बोळवायचा. त्या निमित्ताने चमचमीत चहा-फराळ. हे बोळवणे नंतर महिनाभर चालू असायचे. कोणाच्या घरी काय बेत असेल, यासंबंधी तर्क करण्यात तो काळ सुखाने निघून जायचा. तसेच तर्क रोज मिळणाऱ्या खिरापतीबद्दलही! मुलींना चटकन ओळखता येणार नाही, अशी खिरापत करण्यात आयांचे सगळे पाककौशल्य खर्ची पडायचे.

त्या हादग्यात म्हणत असू ती गाणी अजून लक्षात आहेत... त्यातलेच एक गाणे- 'अक्कणमाती, चिक्कणमाती, खळगा जो खणावा...' खळगा सुरेख झाला की, त्यात जाते रोवावेसे वाटते. सुरेख जात्यात रवा-पिठी काढावीशी वाटते. सुरेख रवा-पिठाच्या करंज्या कराव्याशा वाटतात. त्या सुरेख तबकात भराव्याशा वाटतात ... आणि मग ते सुरेख तबक माहेरी धाडावेसे वाटते. माहेर कसे? 'अस्सं माहेर सुरेख बाई खायला मिळतं, अस्सं सासर द्वाड बाई कोंडूनी मारतं!' मला वाटते, या गाण्यात आपल्या भावजीवनाचे एक चित्र आहे. एकातून एक स्वप्ने उमलतात आणि शेवटी ती 'माहेरा'पाशी जाऊन भिडतात. 'अक्कणमाती चिक्कणमाती' हा या स्वप्नांचा उगम. म्हणूनच मातीबद्दल नितांत ओढ आणि ही स्वप्ने कोठे रंगवली जातात? 'द्वाड' कोंडून मारणाऱ्या सासरी असताना!

प्रत्येकाची अशी कोंडी होत असते. कोणाची मुंबईला, कोणाची अन्य ठिकाणी. या कोंडीचे मूळ कारण 'चिक्कणमाती'शी असलेला संबंध तुटलेला असतो हे! आणि तो संबंध तुटला की, त्यातून निर्माण होणारे पुढचे सगळे अनुभव पारखे झाले. आईच्या 'खाली बसता येत नाही' या तक्रारीला हाच संदर्भ नाही का? आणि ही तक्रार फक्त तिचीच कशी? सगळ्यांचीच. सगळेजण ती उघडपणे व्यक्त करत नसले तरी.

पैलथडी पिके आंबा

पंधरा-वीस दिवसांपूर्वीची गोष्ट. दुपारी दीडच्या सुमारास फोन आला. ती विश्रांतीची वेळ असते. कोणी कारणाशिवाय व्यत्यय आणला तर वैताग येतो; पण राजाध्यक्ष फोनवर प्रसन्नपणे बोलत होते. मनाशी म्हटले, दुसऱ्या टोकाकडून काही तरी खास आनंददायक कानांवर येत असणार. माझा तर्क बरोबर होता. वृंदावन दंडवते आमंत्रण देत होते. दहा जूनला संध्याकाळी सात वाजता एन.सी.पी.ए.च्या सभागृहात पु. ल. आणि सुनीता देशपांडे मर्ढेकरांच्या कवितांचे वाचन करणार आहेत. हे ऐकल्यावर मीही खुलले. मर्ढेकरांच्या कविता ऐकायला मिळणार म्हणून; त्या देशपांडे दांपत्याकडून ऐकायला मिळणार म्हणूनही. अशा कार्यक्रमांबाबत पुष्कळ वेळा उत्सुकतेप्रमाणेच आशंकेची भावनाही असते; पण हा कार्यक्रम अपेक्षाभंग करणार नाही, असे मी गृहीतच धरून चालले होते.

याचे कारण पी. एल. आणि सुनीता यांचा आत्तापर्यंतचा नावलौकिक हे तर खरेच. त्यांनी रंगभूमीवर मिळविलेले अमाप यश; पण कवितावाचनासाठी नुसते नटाचे अभिनयकौशल्य - मग ते कितीही वरच्या दर्जाचे असो कामी येत नाही. केवळ त्यावर विसंबायचे ठरविले तर कविता 'थिऑट्रिकल' होण्याचा धोका. ते प्रयत्नपूर्वक बाजूला ठेवायचे ठरविले तर, कवितेतले अंगभूत नाट्य वाचनात निसटून जाण्याचा धोका. समतोल साधला पाहिजे. कवितेवर प्रेम असेल, ती भिडली आणि समजली असेल तर तो आपोआप साधतो, हे पी. एल. व सुनीता यांच्या 'गडकरी दर्शन' या कार्यक्रमाच्या वेळी अनुभवले होते. म्हणूनच खात्री वाटत होती.

पण या खात्रीचे आणखीही एक कारण होते. दोन-तीन वर्षांपूर्वी आम्ही काही मित्रमंडळी मनोरीला गेलो होतो. तेथे दोन दिवस काढले, पी. एल.-सुनीता आणि वसंतराव देशपांडे यांच्यासारख्यांच्या सहवासातील ते दिवस कसे गेले हे काय सांगायला पाहिजे? संध्याकाळी गाणे बजावणे. दुसऱ्या दिवशी सकाळी पी.

एल.नी केलेले 'अंतु बर्वा' वगैरे लेखांचे वाचन. त्यात 'साठवण'मध्ये छापलेले एखादे पत्रसुद्धा! कोणतीही फर्माइश करावी आणि ती मान्य व्हावी, असा दिलखुलासपणा. अशा या मोकळ्या वातावरणातच ती सकाळ, कशी कोण जाणे, विनोदाकडून कवितेकडे सरकली. मग आम्ही सगळेच श्रोते झालो. पी. एल.सुद्धा! सुनीताचे जबरदस्त पाठांतर सर्वांनाच अवाक् करून गेले. उरलेला दिवस सुनीताचा होता. त्या वेळी मनात आले, या दोघांनी असा एखादा जाहीर कार्मक्रम का करू नये? मला वाटते, आम्ही त्यांना तसे सुचविलेही. सव्वा वर्षानंतर मर्ढेकरांची पंचविसावी पुण्यतिथी आली. २० मार्च १९८१. त्या निमित्ताने पी. एल.नी मर्ढेकरांच्या कवितांचे वाचन करावे, असेही मनात येऊन गेले होते. कारण त्यांना मर्ढेकरांचे खास आकर्षण आहे हे ठाऊक होते. जुन्या काळी त्यांनी 'अभिरुची'मध्ये 'पिपात मेले...'चे विडंबन केले होते; पण ते गमतीखातर! मर्ढेकर न पटणे कसे शक्य होते? कारण पी. एल. आणि मर्ढेकर हे दोघेही 'रामदासी!'

आरती प्रभू हा सुनीताचा आवडता कवी. म्हणजे त्यांना मर्ढेकर आवडत असणार हे ओघानेच आले. दहा जूनची वाट पाहता पाहता मला असे काही काही आठवत होते; त्यामुळे उत्सुकता वाढत होती आणि मनात या आठवणी असताना आशंकेचे काय कारण होते?

दहा जूनची संध्याकाळ. कार्यक्रम फक्त आमंत्रितांसाठी. एन.सी.पी.ए.चे प्रेक्षागृह शे-सव्वाशे माणसे मावतील एवढेच; पण आवारात दोनशेच्या वर माणसे! बरीचशी मिळाली संधी तर जाऊ आत, नाही तर परत, अशी मनाची तयारी ठेवून आलेली. आत उभे राहायला मिळाले तरी पुष्कळ झाले. थोडा त्रास होईल; पण इतका वेगळा कार्यक्रम चुकवून कसे चालेल? कोणीतरी म्हणाले, कविता ऐकण्यासाठी इतक्या लोकांनी आपणहून यावे ही किती चांगली गोष्ट आहे! हे खरेच; पण ते मर्ढेकरांसाठी आले होते का? की पी. एल.-सुनीतासाठी? प्रेक्षागृहात शिरण्यापूर्वी माझ्या मनात हा प्रश्न होता हे प्रामाणिकपणे कबूल केले पाहिजे.

कलावंत आणि रसिक यांच्यात जवळीक निर्माण करणारे छोटेखानी प्रेक्षागृह. डाव्या बाजूला 'मर्ढेकरांची कविता' या पुस्तकाचे मुखपृष्ठ, उजव्या बाजूला मर्ढेकरांचा फोटो. दोन्ही ब्लो-अप केलेली. साधी, नेहमीची प्रकाशयोजना. बैठकही साधीशीच. कोणतेही चमत्कार नाहीत. सातच्या ठोक्याला पी. एल.- सुनीता यांचा रंगमंचावर प्रवेश. फक्त दोन-तीन वाक्यांची प्रस्तावना. सगळ्यात अनौपचारिकता, मन:पूर्वकता, ताजेपणा आणि अशा तऱ्हेचा ताजेपणा संसर्गजन्य असतो हे सांगायला नकोच. ताज्या मनाने सुरुवातीच्या कवितेतील 'सूर कशाचे वातावरणी?' हा प्रश्न ऐकला. मर्ढेकरांना या प्रश्नाचे उत्तर ठाऊक नव्हते. आम्हा श्रोत्यांच्या लेखी ते उत्तर एकच

होते. 'मर्ढेकरांच्या कवितेचे!'

ते सूर पी. एल.नी आपल्या गळ्यातून ऐकवले. 'मी एक मुंगी' कव्वालीच्या ढंगाने गायली जात असताना नुसतीच मजा वाटली. 'सर्वे जन्तु रूटिनाः' किंवा 'सह नौ टरकतु' या कवितांच्या शेवटी आलेल्या विडंबनवजा ओळी सुरात ऐकताना अर्थिचे काही सुप्त, करुण स्तर जाणवले आणि 'केले जन्मापासूनि रान' किंवा 'जगाचा लिप्ताळा' हे अभंग ऐकताना समोरच्या फोटोतील मर्ढेकरांच्या डोक्यावर पागोटे आणि हातात टाळ असल्याचा भास होऊ लागला. त्या कवितांचा चेहराच पी. एल. नी बदलून टाकला. विज्ञानयुगातील त्या संताच्या वेदना, संघर्ष, निराशा, मुक्तीची आस-सगळेच कसे त्या सुरातून जिवंत झाले.

मर्ढेकरांच्या कविवेत सूर आहेत आणि शब्दही! मनातले 'अब्द अब्द' ज्यांत मावत नाहीत असे शब्द. 'कातडी' शब्द, तोंडी गच्च लगाम असलेले शब्द; पण त्याबरोबरच ज्यांना 'सामर्थ्याचा स्वर' लाभला आहे, जे हळुवार आहेत, जे मुक्त आहेत असे शब्दही. मर्ढेकरांच्या शब्दांची ही सगळी रूपे पी. एल. आणि सुनीताने वाचलेल्या कवितांतून तरळली. सुनीताचे डोळे 'शिशिर ऋतूच्या पुनरागमे', 'असे काहीतरी व्हावे' यांसारख्या कविता वाचताना ओलावलेले कळत होते. त्या 'हासूनि नाचा' असे सांगण्याच्या कविता नव्हेच. मग 'डोळा पाणी व्यर्थ आणता' असे तरी कसे सांगावे? त्या पाण्याला सुनीताच्या गुंतवणुकीचा, प्रेमाचा, जाणकारीचा संदर्भ होता. तो इतका भारून टाकणारा होता की, कविता म्हणताना एखादा शब्द चुकीचा म्हटला जात आहे हे लक्षात येऊनही ते खटकत नव्हते. तिच्या मनातले शब्दच जणू श्रोत्यांना ऐकू येत होते, असे त्या दोघांनी वाचलेल्या किती कवितांबद्दल लिहावे? त्यातील एखादी कविता फार आवडली, एखादी तेवढी आवडली नाही, एखादी 'हवी होतीच का घ्यायला?' असा प्रश्न पडला. एखादी राहून गेली असे वाटले. भाष्य नव्हते हे छानच; पण काही कविता विशिष्ट सूत्र मनाशी ठेवून वाचायला हव्या होत्या का, असेही वाटले. म्हणजे 'वर्गीकरण' करून नव्हे; पण कवी हळूहळू उलगडत जावा अशा पद्धतीने; पण कोण जाणे! सगळे श्रोत्यांवर सोपवले होते, त्यांना विश्वासात घेतले होते, हेही चांगलेच होते; हा विश्वास अनाठायी ठरला नाही. सुनीता जेव्हा 'फलाटदादा' म्हणू लागली, तेव्हा श्रोत्यांना जणू सगळा मर्ढेकर कळल्याचा भास होत होता. आता 'मर्ढेकरदादा, बोला वो तुमि' असे आर्जव करण्याचे कारणच नव्हते. मर्ढेकर बोलतच तर होते.

त्यांचे बोलणे ऐकता ऐकता सव्वा तास कसा निघून गेला हे कळले नाही. बाहेर पडताना मनात तेच बोलणे घुमत होते. येणे, कोण जाणे, मर्ढेकरांसाठी होते की नाही; पण जाताना मात्र मर्ढेकरच सोबतीला होते. हे पी. एल. व सुनीताच्या काव्यवाचनाचे सर्वांत मोठे यश. कविता वाचताना त्यांनी प्रत्येक क्षणी कवितेला

स्वतःपेक्षा अधिक मोठे ठेवले. हे प्रत्येकालाच जमते असे नाही. प्रत्येक वेळी कवितेला सामावून घ्यायचे आणि वाचताना मात्र तिची स्वतंत्र गुंतलेली नाळ तोडायची. एका अनामिकाची कविता अनामिकच ठेवायची. शेवटी श्रोत्यांच्या मनात संभ्रम : कुठली कविता पी. एल.नी वाचली आणि कुठली सुनीताने? असा त्या कवितेशी संवाद आणि एकमेकांशीही! मागे एकदा शंभू आणि तृप्ती मित्र यांनी टागोरांच्या कवितांचे असेच चीज केले होते, त्याची आठवण झाली. कवितेचा उपग्रह अवकाशात सोडण्यासाठी आवश्यक असणारे यान आपण व्हायचे आणि तो सुटा झाला की, आपण बाजूला व्हायचे! मग फक्त त्या उपग्रहाचे मुक्त भ्रमण आणि त्याच्याकडून येणारे संदेश...

प्रेक्षागृहाबाहेर पडल्यावर, 'असे काहीतरी' झाल्याचे जाणवले. मनाच्या अवकाशात मर्ढेकरांची कविता भ्रमत होती, तिचे संदेश ऐकू येत होते. ही जवळजवळ प्रत्येकाची स्थिती. म्हणूनच जो तो विश्वासाने एकमेकाला विचारत होता, ''कुठे आहे मर्ढेकरांची कविता दुर्बोध?'' अर्थात हे काही सर्वस्वी खरे नाही. प्रत्यक्ष वाचू लागले की काही चक्रावणाऱ्या, अडवणाऱ्या वाटा भेटतीलच; पण मुळात संवाद जमला, विश्वास असला की, त्या वाटा तुडवण्यातला आनंदही कळू लागतो. तेवढी हिंमतही गोळा झालेली असते. हे वाचकांची स्वयंप्रेरणा वाढविण्याचे काम पी. एल.-सुनीताच्या वाचनामुळे झाले.

आता मर्ढेकरांची कविता आणि वाचक हे दोघेही एकमेकांना शोधू लागतील. 'शोधाया रसिकांस नित्य कविता हिंडे, न आशा तुटे.' आता आशेच्या बळावर केलेल्या त्या प्रवासाला अर्थ यावा, 'असे काहीतरी घडले आहे.' 'पंचवीस वर्षे पैलथडी पिकलेल्या आंब्याचे' 'ऐलथडी हे शहारे' जाणवू लागले आहेत. आम्हा भाग्यवंतांसाठी वारे मध्ये वाकले आहेत... आता अधिक आत्मविश्वासाने, उमेदीने मर्ढेकरांच्या कवितेला सामोरे जायला हरकत कोणती?

दर्शनमात्रे मनःकामनापूर्ती

काही दिवसांपूर्वी केशवसुतांची 'नैर्ऋत्येकडला वारा' ही कविता वाचत होते. ती वाचतावाचता त्यांच्या 'एक खेडे' या कवितेची आठवण झाली, म्हणून तीही वाचली. या दोन्ही कवितांत केशवसुतांच्या गावाचे शब्दचित्र आहे. पहिल्या कवितेत मालगुंड, दुसऱ्या कवितेत वळणे. त्यांपैकी मालगुंड हे आपल्या अधिक ओळखीचे. 'नैर्ऋत्येकडील वारा'मध्ये तेथील परिसर जिवंत झाला आहे. 'उंच' डोंगर, 'खोल' नद्या, डोंगरांची 'नभाभीतरी' शिरलेली शिखरे. सुंदर झाडी. 'शिलां'तून 'धबधबा' जाणारे निर्झर. मालगुंड प्रथम दुरून पाहिले तेव्हा हे वर्णन आठवले होते आणि पटले होते की, ते मुळीच काल्पनिक नाही. उगाच नाही केशवसुतांचा जीव या गावात इतका गुंतून राहिला. आपणही एकदा तेथे गेले पाहिजे. गणपतीपुळ्यापासून ते काही मैलांवर तर आहे! पण तेव्हा नाहीच जमले. दुसऱ्यांदा गणपतीपुळ्याला गेले तेव्हाही नाही जमले. मग समजूत घातली. पुळेही किती सुंदर आहे! खरेच सुंदर आहे. केशवसुतांच्या काळी ते तितके प्रसिद्ध नसेल कदाचित, असते तर त्यांनी आपल्या कवितेत पुळ्याचा नक्की उल्लेख केला असता. डोंगरांवरील जुन्या मराठी किल्ल्यांचे पालन करणाऱ्या देवीप्रमाणेच एका डोंगरात शांतपणे राहणाऱ्या गणपतीकडेही त्यांचे लक्ष नक्की वेधले असते.

पुळे केव्हा प्रसिद्धीला आले? मला वाटते, अलीकडेच काही वर्षे. तेथील निसर्गामुळे नव्हे, तर तेथील देवस्थानामुळे. पूर्वीही लोक जात असतील, नाही असे नाही; पण इतका गाजावाजा नव्हता. फारशा सोयी नव्हत्या; त्यामुळे अवघडही होते. अलीकडे काही वर्षांत 'पर्यटना'ची महती वाढली, गणपती या दैवताचे माहात्म्यही वाढले. पर्यटन खात्यानेही गाव अचूक हेरले आणि तेथे एक विश्रामधाम बांधले. प्रवासाची सोयही उत्तम झाली. आता गणपतीपुळ्याला भाविकांची आणि पर्यटकांची रीघ असते. बाकी ही विभागणी तरी कसली? भाविक अरसिक नसतात आणि

पर्यटक अश्रद्ध नसतात; त्यामुळे दर्शन गणपतीचे, तसे निसर्गाचेही! आस्वाद निसर्गाचा; तसा डोंगराच्या कुशीतील देवळाचाही. त्या देवळाभोवतीच्या सुंदर प्रदक्षिणेचाही. कदाचित एका निराळ्या प्रकारच्या भक्तीने- इतकेच.

आधीच्या प्रवासात तुम्ही कितीही थकलेले असलात, तरी शेवटच्या अर्ध्या-पाऊण तासात तो सगळा शीण भरून निघतो. गर्द झाडीचा, वर चढत जाणारा वळणदार रस्ता. तुम्ही एकदम विसावता. वाटू लागते, हा प्रवास आणखी थोडा लांबला तरी हरकत नाही; पण तेवढ्यात चकाकणाऱ्या पाण्याचा विस्तार दिसू लागतो. समुद्र! पुळे समुद्राच्या काठावरच आहे. म्हणजे, आले की काय? असे मनाशी म्हणेपर्यंत ते येतेच. मग कसे कोण जाणे, फार शांत वाटू लागते. बाहेरच्या लोकांची वर्दळ असून असून किती असणार? गावाची वस्ती तर अगदीच लहान. रस्ते मोजके. वाहने जवळजवळ नाहीतच, म्हणजे आवाज नाहीत. फक्त समुद्राची गाज. ती ऐकायला समुद्राच्या सहवासात बसायला सगळा वेळ मोकळा. आधी समुद्र की आधी देऊळ, हे ज्याचे त्याने ठरवावे. काही वेळ किनाऱ्यावर, काही वेळ देवळात. देऊळ नुसतेच पाहायचे असेल तर प्रश्नच नाही; पण अभिषेक असेल, नैवेद्य असेल तर मग पुजाऱ्यांशी बोलणे, ठरवणे. ते सगळे ठरल्यानंतर मात्र जाणवते, बराच वेळ झाला आहे, भूक लागली आहे. आता जेवायचे काय?

समुद्राच्या काठावर जुने दुमजली सरकारी विश्रामगृह आहे. पर्यटन खात्याने अलीकडे बांधलेले लहान-मोठे बैठे ब्लॉक्स आहेत; पण तयार जेवण देणारे एखादे कॅन्टीन मात्र नाही. तुमचे तुम्हाला करायचे असेल; तर तशी सोय आहे; पण ती दगदग नको असली तर? तर कॅन्टीनमध्ये चहा मिळेल- एखादा पदार्थही! पण जेवण मात्र नाही. त्यासाठी एखाद्या पुजाऱ्याच्या घरीच जावे लागते. काहींना हे ठाऊक असते, काहींना नाही. ज्यांना ठाऊक नसते, त्यांना देवळाच्या आसपास राहणाऱ्या तीन-चार पुजाऱ्यांपैकी एखादा गाठतो. सोय होते. ज्यांना त्यांच्या राहण्याच्या ठिकाणी डबा हवा असेल त्यांना तो तेथे पोहोचवला जातो. ज्यांना घरी येऊन जेवायचे असेल त्यांनी तसे करावे.

हे सगळ्यांनाच रुचेल की नाही, कोणी सांगावे? काही फॅशनेबल पर्यटकांना ती कल्पना कशीशीच वाटेल कदाचित. आपण अशा मंडळींची कीव करावी. ज्या ठिकाणी ते गेलेले असतात, त्याला पुरे सामोरे जाण्याची त्यांची तयारीच नसते; त्यामुळे नुकसान होते ते त्यांचेच. समुद्र, देऊळ आणि पुजाऱ्याचे घर यांखेरीज पुळे पूर्ण होऊच शकत नाही. या जाणिवेने घरी जावे- गत्यंतर नसते म्हणून नव्हे! मला तर ते करायचेच होते. नवीन काहीच नव्हते. कारण माझे लहानपण कोल्हापूरच्या अंबाबाईच्या देवळात गेले. आमच्या शेजारच्या वाड्यात एक पुजाऱ्याचे घर. तेथे माझे एकसारखे येणे-जाणे. त्यांचा सगळा दिनक्रम जवळून पाहिला; पण हे सगळे

लहानपणी... त्या आठवणींनाच थोडा उजाळा द्यायचा होता.

संध्याकाळी गेल्यागेल्याच पुजारी भेटले. त्यांना नैवेद्याचे सांगितले. रात्रीच्या जेवणाचेही. दुसऱ्या दिवशी सकाळी अकराच्या सुमारास मालगुंडहून येणारी बस आम्हाला पकडायची होती. म्हणजे दहापर्यंत अभिषेक, एकवीस मोदकांचा नैवेद्य, जेवण सगळे उरकायला हवे होते. होईल ना वेळेवर? मोदकांचा केवढा मोठा घाट असतो. उशीर झाला तर... या ताणाने मलाच रात्रभर झोप नव्हती. संध्याकाळी पुजाऱ्यांच्या घरी जेवण जेवताना मात्र मी तो ताण विसरले होते. देवदर्शन घेऊन त्यांच्या घरी जायला निघालो. अंधारी वाट; ते टॉर्च घेऊन आम्हाला वाट दाखवत होते. काही घरे मागे टाकल्यावर त्यांचे घर आले. जणू माझ्या ओळखींचेच जुने घर- मोठे, एवढेच. बाकी सगळे जसेच्या तसे. पाट, तांब्या-भांडे! पानातली किंचित जुना वास येणारी, नरम झालेली लोणच्याची फोड, ब्राह्मणी पद्धतीची काळ्या मसाल्याची आमटी, पहिला भात, मागचा भात- त्यावर ताकाबरोबर दूधही. मधली कित्येक वर्षे जेवणाचा हा घाट विसरले होते. झाडाखाली हात धुतले. निघताना त्या नऊवारी नेसलेल्या ठसठशीत बाईंना विचारले, ''होईल ना हो सकाळी दहा वाजेपर्यंत सगळे?'' त्या हसल्या. ''होय हो. काळजी कशाला करता? आम्हाला मोदक रोजचेच!'' तरीही माझा विश्वास बसत नव्हता. त्या बाईचे कर्तृत्व, आत्मविश्वास हे सगळे मात्र फार थोड्या वेळात जाणवून गेले.

दुसऱ्या दिवशी सकाळी अभिषेक वगैरेची गडबड. ''एकवीस मोदकांचा नैवेद्य दाखवून झाला, आता नमस्कार करायला या,'' असे जेव्हा पुजाऱ्यांनी आम्हाला समुद्रकिनाऱ्यावर येऊन सांगितले, तेव्हा कुठे माझा जीव भांड्यात पडला. त्यानंतर त्यांच्या घरी जायला निघालो. आमचे आम्हीच; आता सगळे ओळखीचे झाल्यासारखे वाटत होते. वाटेत बाई भेटल्या. त्या गणपतीला निघाल्या होत्या. नाकात नथ, हातातील चांदीच्या वाटीत देवापुढे ठेवण्यासाठी तांदूळ. अशा कित्येक बायका मी अंबाबाईच्या देवळाच्या आवारात पाहत असे. मी ओळखीने हसले. त्या म्हणाल्या, ''दर्शन घेऊन येते अन् वाढते. सगळे तयारच आहे.'' आम्ही पोहोचलो. मागोमाग दहा मिनिटांनी त्या आल्याच. पाने तयार होती. बाकीचे जेवण साधे. पानात प्रसादाचा मोदक. सून हवे-नको बघत होती. सात-आठ वर्षांचा नातू शाळेतून आला. त्यालाही खाणे म्हणून मोदक. घरात मोदकाचा स्वयंपाक झाला आहे याची निशाणीसुद्धा नाही! सगळे जागच्या जागी. कोठेही पसारा नाही.

फक्त दहा-सव्वादहा वाजले होते. मुंबईला या वेळी धड न्याहारीसुद्धा झालेली नसते. म्हणजे सुट्टीच्या दिवशी. बसला खूप वेळ होता म्हणून मी बाईंशी जरा गप्पा

मारत बसले. किती वेगळ्या प्रकारचे आयुष्य त्या जगत होत्या आणि तेही किती मनापासून. त्या सांगत होत्या, ''घरात पिठी तयारच असते. संकष्टी-विनायकीला चूनही करून ठेवतो. म्हणजे ऐन वेळी गडबड होत नाही. चटण्या-लोणची हाताशी असतात. एखादी भाजी किंवा उसळ केली की झाले! एकदम लग्न-मुंजींचं एखादं व-हाड आलं की, जरा गडबड होते; पण पुतण्या, दुसरा मुलगा यांची घरं आसपास आहेत. गडबडीच्या वेळी सुनांना मदतीला बोलावून घेते. एरवी मात्र घरं वेगळी. एरवी आपापला पसारा त्यांनी संभाळावा. बरोबर आहे की नाही, सांगा!'' सगळा विचार स्वच्छ, पक्का.

निघताना मी विचारले, ''कधी मुंबईला येता की नाही?''

''छे, हो! हे सगळं कोण संभाळेल मग?''

''पण बदल हवासा नाही का वाटत?''

''माझ्या घरी रोज वेगवेगळ्या प्रकारची माणसं येतात; हा बदलच नाही का? आणखी कसला बदल?''

बस स्टॉपवर त्यांचे हे उत्तर माझ्या मनात घोळत होते. मनात अनेक प्रश्न. आम्ही बदलाला उत्सुक असलेली माणसे इथे येतो म्हणून. एरवी आम्हाला भेटायला त्यांना आवडले असते? 'कंटाळा' वगैरे सगळे मनाचे लाड! ही माणसे कशी वर्षानुवर्षे तेच आयुष्य मनापासून जगत राहतात? त्यांना दुसरा पर्यायच नसतो म्हणून की ही घराची ओढ त्या मातीतच रुजली आहे? की देवळाचा परिसर हा मनाला कळतनकळत शांती देत असतो?

मलाही तात्पुरते शांत वाटत होते. नेमके कशामुळे? कोण जाणे. शांतीचे असे विश्लेषण करूही नये. फक्त 'नैर्ऋत्येकडला वारा' अंगावर घेत ती अनुभवत राहावे...

लापता

टी. व्ही.वरील सर्वांत लोकप्रिय कार्यक्रम कोणता? अर्थात छायागीत. दर गुरुवारी रात्री सव्वानऊच्या सुमारास हा कार्यक्रम सुरू होतो. लोकांना संध्याकाळपासून वेध लागलेले असतात. आज कोणती गाणी 'दाखविली' जातील? रात्री नऊच्या आत कसेही करून परत आलेच पाहिजे... जेवणही तयार ठेवले पाहिजे. काही आधी जेवून घेतात, काही कार्यक्रमानंतर जेवतात; तर काही रुपेरी पडद्यावरील देव-देवतांच्या साक्षीने! त्या दिवशी जेवण महत्त्वाचे नसतेच. तर इतर कोणतेही व्यत्यय नको असतात. एखादा अरसिक अतिथी नेमका त्या वेळी टपकला तर त्याच्याकडे चक्क दुर्लक्ष केले जाते. त्याने हवे असेल तर 'छायागीत' बघावे, नाहीतर निघून जावे! पाऊण तास कसा जातो हे कळतही नाही. एक वेगळेच धुंद जग भोवती निर्माण झालेले असते. नायिकेच्या वाढदिवसाच्या किंवा 'एंगेजमेंट'च्या प्रसंगी दर्दभरे, दुखरे गाणे गाणारा एखादा प्रेमिक, कधी काश्मीरच्या किंवा तसल्याच एखाद्या सुंदर स्थळाच्या पार्श्वभूमीवर बागडणारे प्रियकर-प्रेयरसी; कधी मीलन, कधी वियोग... सगळेच वास्तवापासून कौशल्याने दूर खेचलेले, सजवून मांडलेले. ते पाहता पाहता मन कसे लहरत, तरंगत असते; पण प्रत्येक सुंदर अनुभव कधीतरी संपणारच असतो ना? तसा हा 'फिल्मी गीतोंका रंगारंग' कार्यक्रमही संपतो. 'टोपॅऽऽझ्' हे शब्द पात्याप्रमाणे कानांत घुसतात आणि मग टी. व्ही. सेट खटाखट बंद केले जातात. त्यानंतर काही वेळ प्रक्षेपण चालू असते; पण नंतरचे कार्यक्रम पाहण्याइतकी उमेद उरलेली असते कोणाला? त्यातूनही 'छायागीता'च्या सुरात सूर मिळवणारा एखादा कार्यक्रम असला तर ठीक; पण 'लापता?'

होय, 'लापता'. 'छायागीता'नंतर काही मिनिटे हा कार्यक्रम असतो. बाकी कार्यक्रम कसला! घर सोडून निघून गेलेल्या, हरवलेल्या माणसांविषयी माहिती देणारी ती एक जाहीर सूचना असते. छायागीत संपल्यावर लगेचच, पडद्यावर

एखादी प्रसन्न, हसऱ्या चेहऱ्याची निवेदिका प्रकट होते. ती आपल्या मधुर, मुलायम आवाजात सांगू लागते. कोणी दादा हुसेन दादरकर किंवा शंकर माने किंवा अनिल जुवेकर... तो घरातून बेपत्ता झालेला असतो. 'कालपासून बेपत्ता आहेत. त्यांचे वय ४७ वर्षे असून, उंची पाच फूट साडेआठ इंच आहे. त्यांच्या डाव्या कानामागे चामखीळ असून, त्यांनी अंगात निळ्या रंगाचा शर्ट घातला आहे.' 'त्याचे छायाचित्र'ही दाखवले जाते. (त्यात मात्र त्याच्या अंगातला शर्ट पांढराच! ते पाहून मनात येते, लवकरात लवकर रंगीत टी. व्ही. सुरू झाला पाहिजे.) असे वेगवेगळे तपशील. निवेदिका आपले हसरे 'बेअरिंग'न सोडता सांगत असते. पूर्वी तर बेपत्ता झालेल्या माणसांचा उल्लेख एकवचनात होई. त्यांना 'इसम' असे म्हटले जाई! बरोबरच आहे. बेपत्ता माणसांना कशाला बहुवचन? आता, कसे कोण जाणे, सगळे 'इसम' 'गृहस्थ' झाले आहेत. (म्हणजे त्यांनी तसे व्हावे असा सूक्ष्म आशावाद या शब्दाच्या वापरामागे आहे.) आता निवेदिकेचा चेहराही जरा गंभीर असतो; पण 'छायागीता'नंतर टी. व्ही. बंद करणाऱ्या प्रेक्षकांना त्याचे काय हो? त्या कार्यक्रमाचा हेतू हा की, अधिकात अधिक लोकांना या बेपत्ता माणसाबद्दल कळावे. कोणीतरी त्यांना पाहिले असेल, कोणीतरी त्याचा शोध लावण्यास मदत करेल... पण त्याआधी या प्रेक्षकांना असे काही घडले आहे याचा पत्ता हवा ना?

वास्तविक दर्शकांना माणसे हरवणे हा प्रकार अपरिचित असतो असे मुळीच नाही. कित्येक हिंदी चित्रपटांत हा मालमसाला भरलेला असतो. गुंडांचा हल्ला, अपघात असेच काहीतरी कारण; त्यामुळे माय-लेक, बाप-लेक, भाऊभाऊ, भाऊ-बहीण, यांची 'जुदाई.' दरम्यान पुष्कळ काही घडते आणि शेवटी अनपेक्षितपणे रहस्यस्फोट, हृदयस्पर्शी पुनर्भेट इत्यादी! ते सगळे किती नाट्यपूर्ण असते! पण चित्रपटात जे नाट्यपूर्ण वाटेल, ते प्रत्यक्ष जीवनात वाटेलच असे नाही. काही झाले तरी अमिताभ बच्चन हरवणे आणि एखादा अनिल जुवेकर हरवणे यात फरक आहे. हे कसे विसरता तुम्ही? शिवाय चित्रपटात हरवलेली माणसे एकमेकांना भेटलेली आपण शेवटी पाहतो; त्यामुळे काळजी वगैरे वाटली तरी ती तात्पुरती; अनिल जुवेकराची कायमची काळजी कोण करत बसणार हो? स्वतःच्या काळज्या कमी का असतात? त्या विसरण्यामाठी तर छायागीत! त्यानंतर 'लापता.' पाय पुन्हा भुईवर कशासाठी टेकवायचे?

हे निवेदिकेला ठाऊक नसते असे नाही; पण ती धीरोदात्तपणे आपले कर्तव्य करत राहते. छायाचित्रे... माहिती... मी ते सगळे लक्षपूर्वक पाहत, ऐकत असते. परवा 'मौसम'मध्ये संजीवकुमार हरवलेल्या शर्मिला टागोरचा शोध घेत होता. 'मौसम' संपल्यावर हरवलेल्या माणसांची छायाचित्रे दाखवली गेली. निवेदिकेने तसे

आधी सांगितले होते म्हणून, मी ठाण मांडून बसून राहिले होते. त्या वेळी मनात कित्येक विचार. कुतूहलापोटी निर्माण झालेले कित्येक प्रश्नही! माणसे कशी हरवली असतील! त्यांनी जाणूनबुजून घर सोडले असेल की काही फसवाफसवीचा प्रकार असेल? घर सोडायला काय कारण असेल? घरच्या माणसांची अवस्था काय झाली असेल? हरवलेली माणसे कशी सापडतील? त्या पुनर्भेटी कशा असतील? आणि निघून गेलेले माणूस परत आलेच नाही तर?

हे प्रश्न पडतात, कारण टी. व्ही.वरील छायाचित्रांच्या जागी पुष्कळ ओळखीची माणसे दिसू लागतात. हरवलेली आणि परत आलेली, परत न आलेली. तसे अगदी जवळपासच सगळे घडलेले. एखाद्या चुकीच्या वाटेवर पाऊल पडलेला कोवळा मुलगा एकाएकी घरातून नाहीसा होतो. घरातील मंडळी समजून चुकलेली असतात. शोध चालू असतो; पण तो कदाचित व्यर्थ ठरेल हेही ठाऊक असते. तो कुठेतरी सापडतो. मग 'कोणीतरी त्याला भूल घातली'... पुढे काय झालं हे कळतच नाही ... वगैरे कथा. पोटात एक कायमची भीती. कधी ती कथा खरीही असते. एखाद्या निष्पाप मुलाला त्याच्या बापावर सूड उगवण्याचा डाव रचून पळवले जाते, छळले जाते. घरी परत आल्यानंतर तो हरवलेला, बावरलेलाच. कधी संसार सोडून माणसे निघून जातात. आजूबाजूची माणसे कुजबुजत असतात. 'ऑफिसात लफडं केलं... अंगावर आलं तेव्हा...' हे खरेही असू शकते आणि तरीही ते सावरून घ्यावे लागते. एक गृहस्थ असेच त्रास चुकवण्यासाठी नाहीसे झाले होते. त्यांची सैरभैर झालेली पत्नी मी पाहिली होती. ते गृहस्थ परत आले; पण आणखी एक तरुण, संसारात नव्याने पडलेला. मुलगा अजून परत आलेला नाही. आदल्या रात्रीपर्यंत तो ठीक होता. दुसऱ्या दिवशी ऑफिसात जाण्यासाठी म्हणून गेला; तो परत आलाच नाही! का? इतक्या सरळ, स्वच्छ माणसाच्या मनात घर सोडायचे का आले असेल? घरची मंडळी अजून संभ्रमात आहेत. अशा न आलेल्या माणसांचे काय करायचे? त्यांची चेंगटपणे वाट पाहत राहायचे की त्यांना आयुष्यातून कायमचे वगळायचे?

कित्येक प्रश्न. कादंबऱ्यांत असे प्रसंग असतात. लेखकांनी आपल्या दृष्टिकोनातून ते प्रश्न सोडवलेले असतात, नवे प्रश्न उपस्थित केलेले असतात. पेंडशांच्या 'रथचक्र'मधील बुवा; पानवलकरांच्या 'यापरि सांडुनि दमयंती'मधील नायक, चिरमुल्यांची श्रीशिल्लक; - माझ्या 'क्षितिज' या कथेतील प्रतिष्ठित तात्यासाहेबांचे स्वतःच्या वाया गेलेल्या मुलाबद्दलचे दुःख... असे पुष्कळ काही आठवत राहते.

परवा 'लापता' पाहताना मात्र हे झालीच आठवले नाही. फक्त दि. बा. मोकाशींची 'जरा जाऊन येतो' ही गोष्ट आठवली. फार सुंदर गोष्ट आहे. एक

मध्यमवर्गीय, सुखवस्तू नायक. तो एका संध्याकाळी घरी परत येत नाही. दोन-तीन महिन्यांची अनुपस्थिती. त्या काळात घरात, आजूबाजूला काय काय घडते, काय काय बोलले केले जाते याचे विलक्षण खरे चित्र मोकाशींनी रेखाटले आहे. शोधाचा उपयोग होत नाही; पण एक दिवस गेलेला नायक सहजपणे परत येतो. मध्यंतरी काहीच घडले नाही, अशा थाटात वावरू लागतो. त्याला छेडले जाते तेव्हा सांगतो, ''घरी परत यायला निघालो होतो; पण समोर औदुंबरला जाणारी बस दिसली. ज्याच्याकडे बॅग ठेवली होती त्या पानवाल्याला 'जरा जाऊन येतो' म्हणून सांगून त्या बसमध्ये चढलो. औदुंबरला गेलो. तेथे मन रमेनासे झाले तेव्हा परत आलो.'' माणसाच्या ठायी असलेली मुक्तीची सनातन आस किती प्रभावीपणे कथेतून सांगितली जाते!

म्हणजे, कधीकधी काही कारण नसतेही. उगाचच नाहीसे व्हावेसे वाटते. थोडे मुक्त झाल्यावर पुन्हा बंधनाकडे परत यावेसे वाटते. मोकाशींच्या त्या नायकासारखे त्या कथेत शोधासाठी सगळे प्रयत्न केले जातात. टी. व्ही.वर छायाचित्र मात्र दाखवले जात नाही. मला परवा तेथे मोकाशींचेच छायाचित्र दिसू लागले. वाटले, या कार्यक्रमाला 'लापता'ऐवजी 'जरा जाऊन येतो' हेच नाव द्यावे. मोकाशी तसे सांगून गेले असतील का? एकादशीला निघणाऱ्या दिंडीत, 'पालखी'त सामील होण्यासाठी?

एक फ्रेंच 'लापता'

माणसे हरवतात. हरवलेल्या माणसांसंबंधी टी. व्ही.वर निवेदन केले जाते, वर्तमानपत्रांत छापून येते. त्यांच्यासंबंधीचे अनेक तपशील सांगितले जातात. रंग, उंची, पोशाख वगैरेसंबंधीचे तपशील. त्यात कधीकधी एक वेगळा तपशीलही असतो : 'हा कधीकधी आपली स्मरणशक्ती गमावून बसतो.' नुकतेच कधीतरी एका 'लापता' मुलाबद्दल हे सांगितले गेले. ते ऐकून माझ्या मनात आले, मग हा स्वतःच्या घरी परत येणार कसा? कोणी शोधले आणि आणले, तरी उपयोग काय? त्याने आपल्या माणसांना ओळखलेच नाही तर? हे विस्मरण तात्पुरते असले तर ठीक; पण कधीकधी ते कायम स्वरूपाचेही असू शकते. अशा वेळी काय होते?

हा प्रश्न पडला आणि मला मागरिट घूरासची आठवण झाली. ती एक फ्रेंच कादंबरीकार आहे. आता सत्तरीच्या जवळपास असेल. तिच्या एका कादंबरीचे इंग्रजी भाषांतर मी वाचले आहे. आणखीही असतील; पण ती खरी प्रसिद्ध आहे तिच्या एका चित्रपटकथेमुळे. त्या चित्रपटकथेचे नाव 'हिरोशिमा, माय लव्ह.' ॲलन रेने याने दिग्दर्शित केलेला हा चित्रपट एकोणिसशे साठच्या सुमारास फार गाजला. रेनेचा तो पहिलाच चित्रपट. पुढे त्याने अनेक चित्रपट दिग्दर्शित केले. त्यातील 'नाइट अँड फॉग' हा कॉन्सन्ट्रेशन कॅम्पसबद्दल अनुबोधपटाच्या धर्तीवर केलेला चित्रपट तर एकाच वेळी धक्का देणारा आणि सुन्न करणारा आहे...

ही सगळी हळूहळू गोळा होत गेलेली माहिती. प्रथम 'हिरोशिमा'बद्दल ऐकले तेव्हा यातले काहीच ठाऊक नव्हते. फक्त 'हिरोशिमा, मॉनामूर' हे शब्द कानात घुमत राहिले होते. त्यातील नादामुळे, त्या फ्रेंच शब्दांचा अर्थ समजल्यामुळे; पण मुख्य म्हणजे ज्या व्यक्तीच्या तोंडून, ज्या संदर्भात ते शब्द ऐकले, त्यांच्या प्रभावामुळे. ही व्यक्ती म्हणजे माधव आचवल. काही वर्षांपूर्वीची गोष्ट. साहित्य

संघात आचवलांची दोन व्याख्याने होती. त्यातील एक 'रणांगण' या कादंबरीवर होते. व्याख्यान सुंदर झाले. ते संपवताना आचवल म्हणाले, ''मला आश्चर्य एकाच गोष्टीचं वाटतं. या कादंबरीवर अजून चित्रपट कसा निघाला नाही?'' (निघाला नाही हे बरेच झाले, असेही ते म्हणाले!) आणि या संदर्भात त्यांनी 'हिरोशिमा, मॉनामूर'चा उल्लेख केला. तेव्हापासून ते कानात, मनात घुमत असलेले शब्द. आचवलांनी ज्याचा प्रेमाने उल्लेख केला आहे, ते काहीतरी चांगलेच असणार, ही खात्री. एखाद्या कलाकृतीचे व आपले स्वतंत्र नाते आकारू लागण्यापूर्वीचे हे तपशीलही किती महत्त्वाचे असतात! ते नाते केवळ तांत्रिक, बौद्धिक होत नाही; त्यात एक प्रकारचे जिवंतपण येते, ते या तपशिलांमुळे!

मग मी पछाडल्यासारखी चौकशी करत राहिले. तो स्क्रीन प्ले कुठे मिळेल? सिनेमा पाहायला मिळण्याची शक्यता कितपत? ज्यांना या प्रश्नांची उत्तरे देता येतील, त्यांनाच विचारले. त्यांच्यापैकी काहींनी सिनेमा पाहिला होता. मुंबईतील कोणत्या तरी फिल्म क्लबतर्फे तो दाखवला होता; पण मला ती संधी कधी मिळणार? तोच सिनेमा पुन:पुन्हा थोडाच दाखवणार? थिएटरमध्ये तो लागणे तर शक्यच नाही. मी नुसतीच हळहळत राहिले, वाट पाहत राहिले...

आणि काय आश्चर्य! दहा-बारा वर्षे उलटल्यानंतर मला तो सिनेमा खरोखरच पाहायला मिळाला- आणि तोही टी. व्ही.वर. त्या वेळी टी. व्ही.वर महिन्यातून एकदा, शनिवारी, 'माँताज' नावाचा कार्यक्रम असे. एखादा फ्रेंच-जर्मन सिनेमा आणि नंतर त्यावर काही जाणकार मंडळींची चर्चा. (हा कार्यक्रम टी. व्ही.ने का बंद करून टाकला, कोणास ठाऊक! कार्यक्रमांच्या दर्जात संगती राहावी म्हणून?) या कार्यक्रमातच 'हिरोशिमा' दाखवला गेला.

ही एक जपानी वास्तुशास्त्रज्ञ आणि एक फ्रेंच अभिनेत्री यांच्या नातेसंबंधांची कहाणी आहे. ती एका चित्रपटाच्या शूटिंगसाठी हिरोशिमाला आलेली असते. तेथेच दोघे भेटतात, जवळ येतात. दोघांना आपली एकमेकांबद्दलची ओढ उत्कट असल्याचे जाणवते; पण गाठीशी असलेला वेळ थोडा असतो. अल्पावधीत या नात्याला पूर्णत्व कसे येणार? पण त्याहून मोठा अडथळा असतो तो तिच्या भूतकाळाचा. ती तो भूतकाळ विसरू शकत नाही. एका जर्मन माणसावर केलेले प्रेम; त्यामुळे झालेला छळ, काहीच विसरू शकत नाही. त्या जपानी मित्राच्या ठिकाणी तिला आपला जर्मन प्रियकरच दिसत राहतो. जपानी मित्राला ती हे सगळं सांगते आणि त्यामुळे अधिकच पोळत राहते. तिला आपले एकाकीपण, परकेपण अधिकच प्रखरपणे

जाणवत राहते. दूर जाणे अटळ आहे हे कळून चुकते... पण छे! 'कहाणी' सांगण्याचा प्रयत्न व्यर्थच आहे. येथे महत्त्व घटनांना नाही, तर मूडसना आहे. कहाणीतून एक जाणवले मात्र. ती फ्रेंच स्त्री आणि 'रणांगण'मधील हॅटी यांच्यातील साम्य. हॅटीही अशी भूतकाळाच्या सावलीत वावरणारी परकी. चक्रधराच्या जवळ गेलेली; पण दूर होण्यातील अटळपण कळून चुकलेली. म्हणूनच आचवलांना 'रणांगण'बद्दल बोलताना 'हिरोशिमा'ची आठवण झाली असावी.

सिनेमा पाहून काही काळ उलटला आणि अचानक मागरिट ध्रूरासच्या दोन चित्रपटकथांचे पुस्तक हाती आले. आधी हिरोशिमा वाचले. चित्रपटाच्या आठवणींना उजाळा दिला आणि नंतर दुसरी चित्रपटकथा वाचली. तिचे नाव 'अ व्हेरी लाँग ॲबसेन्स.' तीही आवडली; पण नुसती चित्रपटकथा वाचून 'चित्रपटा'ची कल्पना कशी येणार? हा चित्रपटही 'हिरोशिमा'च्या पाठोपाठ निघाला आहे, असे ऐकले होते; पण पाहायला कुठे मिळणार? तोपर्यंत 'माँताज' हा कार्यक्रमही बंद झाला होता; त्यामुळे वाट पाहत राहणे, एवढेच हातात होते. प्रथम चित्रपट पाहून चित्रपटकथेची, आता चित्रपटकथा वाचून चित्रपटाची- एवढाच काय तो फरक. या तऱ्हेच्या प्रतीक्षेची तर सवयच असते आणि इच्छाशक्ती जबरदस्त असली की, ती प्रतीक्षा फळालाही येते.

तसेच झाले. येथील आलिआंस फ्रांसेज' या संस्थेतर्फे दर महिन्याला चार फ्रेंच चित्रपट दाखवले जातात. दर महिन्याला त्यांचा कार्यक्रम घरी येतो. (कारण फ्रेंच ही माझी 'कन्याभाषा!') मी तो आस्थेने पाहते. सिनेमा पाहणे जमो न जमो! पण काही वेळा जमतेही. गोदार्द, शाब्रोल, रॉब-ग्रीये यांसारख्या विख्यात दिग्दर्शकांचे चित्रपट तेथेच पाहायला मिळाले. एका महिन्याला आलेल्या यादीत चक्क 'अ व्हेरी लाँग ॲबसेन्स' हा चित्रपट, मी हुरळले. हे जमवायचेच अशी प्रतिज्ञा केली. ज्याला त्याला त्याबद्दल सांगत राहिले. त्या वेळी एक गोष्ट माझ्या लक्षात आली : या चित्रपटाबद्दल फारसे काही कोणाला ठाऊक नव्हते. 'हिरोशिमा'मुळे तो झाकला गेला होता हे उघडच आहे. कलाक्षेत्रातील पुष्कळ धाकट्या भावंडांचे हे दुर्दैव असते.

खरे तर, 'अ व्हेरी लाँग ॲबसेन्स' हा चित्रपट मला 'हिरोशिमा'पेक्षा अधिक आवडला. त्याचे दिग्दर्शन (कोणाचे कोणास ठाऊक) अधिक सरळसाधे होते. कथाही अधिक भिडणारी. 'हिरोशिमा'चे आवाहन काहीसे बौद्धिक, तर हिचे 'भावनिक.' 'हिरोशिमा'ने काही प्रश्न मांडले, तर हिने एक तुमचा-आमचा अनुभव सांगितलेला. अनुभव वाट पाहण्याचा. एका हरवलेल्या माणसाची प्रतीक्षा...

पुन्हा कथा सांगणे आले. हा हरवलेला माणूस आहे युद्धावर गेलेला एक सैनिक. पुष्कळ वर्षे उलटतात. तो परत येत नाही. त्याची काही बातमीही मिळत नाही. तरीही एका लहान खेड्यात खानावळ चालवणारी त्याची पत्नी वाट पाहणे थांबवत नाही आणि काय आश्चर्य! एक दिवस तो कसा कोण जाणे, त्या गावात येतो. ती त्याला ओळखते. तो मात्र तिला ओळखत नाही. कारण त्याला भूतकाळाचे स्मरणच उरलेले नसते. सुरकुतलेले, थकलेले शरीर, भकास, रिकामी नजर. तिचा जीव तुटतो. काय करावे म्हणजे ओळख पटेल? त्याची ओळखीची ठिकाणे, त्याला आवडणारे संगीत असे कितीतरी उपाय; पण सगळे व्यर्थ ठरतात. त्या गावात तो विस्मरणाच्या वेडातले काही दिवस काढतो आणि एक दिवस आला तसाच जायला निघतो. त्याला कोण अडवणार, थांबवणार? शेवटचे दृश्य माझ्या चांगले लक्षात आहे. तो पाठमोरा. दूर चाललेला. ती त्याला जिवाच्या आकांताने हाक मारते. तो मागे वळून पाहतो आणि फक्त दोन्ही हात वर करतो? मधल्या काळात त्याच्या मनात घर करून असलेली भीती, त्याच्या विस्मरणांचे संदर्भ... सगळे सगळे या एका दृश्यात बोलके झाले आहे. तो हात वर करतो आणि पुन्हा पाठमोरा होऊन चालू लागतो. पुन्हा लापता होण्यासाठी? 'हिरोशिमा'त भूतकाळ काही केल्या विसरता येत नाही, तर येथे तो काही केल्या आठवत नाही. परिणाम एकच. माणसे हरवतात आणि मग अखेरपर्यंत स्वतःलाच शोधत राहतात... इतरांच्या, स्वतःच्याही नकळत!

मराठी पॉप

'पॉप' म्हणजे पॉप्युलर हे मला काल-परवापर्यंत ठाऊक नव्हते. त्या प्रकाराशी तसा संबंधच कुठे आला? आमची पिढी 'गोडगोड भावगीतां'वर वाढली. याचे आता आश्चर्य वाटते; पण त्यातले एखादे गाणे चुकून कानांवर पडले की, अजून हुरहुरल्यासारखे होते. आता हुरहूर वाटते ती गाण्यामुळे नव्हे, तर अशा पूर्वस्मृतींना उजाळा मिळाल्यामुळे हेही कळते. शब्द, सूर शिळे झाले तरी, त्याभोवतीच्या आठवणी ताज्याच राहतात. काही वेळा तर शब्द, सूरही त्यांच्यावरून घरंगळून गेलेल्या वर्षांची तमा न बाळगता, ताजे टवटवीत राहतात. ही किमया ग. दि. माडगूळकरांच्या गाण्यांनी केली आहे. त्यांचे 'घनश्याम नयनी आला'सारखे एखादे भावगीत किंवा 'मायाबाजार' या चित्रपटातील गाणी, येथपासूनचा सगळा शब्द-स्वरप्रपंच आठवतो. आमचे खरे नाते या प्रपंचाशी. तसे नाते पुढे कधी कोणाशी जुळलेच नाही. मराठीत माडगूळकरांने शब्द आणि हिंदीत मुकेशचा आवाज थेट काळजाला जाऊन भिडणारा. 'अंदाज,' 'बरसात' या चित्रपटांतील त्याची गाणी, त्यांना तोड नाही! आमच्या पिढीच्या कानांवर संस्कार केले, ते या मंडळींनी. 'पॉप' पुष्कळ नंतर आले; ते संस्कार खोल रुजून पक्के झाल्यानंतर. त्यांनी 'पॉप'ला आत शिरू दिले नाही; त्यामुळे 'पॉप' परकेच राहिले. संबंधच कुठे आला?

पण हळूहळू 'पॉप' हे प्रकरण पसरू लागले. आमच्या वेळच्या लाह्या 'पॉपकॉर्न' म्हणून विकल्या जाऊ लागल्या. तरुण पिढीला त्या महाग वाटेनात. त्यांचा काही दोष नाही. त्यांच्या वेळचे सगळे हिशेबच बदलले आहेत ना! हिशेब बदलले, माणसे बदलली; त्यांच्या आवडीनिवडी बदलल्या. माणसे अधिक बहिर्मुख झाली. आतल्या आत झुरत राहण्याऐवजी ते सगळे झटकून टाकण्याकडे त्यांची प्रवृत्ती झाली. मनाला लावून तरी काय काय घेणार? जे अंतर्मुख होते त्यांच्यावरही, या वृत्तीचा परिणाम झाल्याखेरीज राहिला नाही. वृत्ती बदलली म्हणून आविष्कारही बदलला.

आवाजही बदलला. या 'आवाजांच्या दुनियेत' स्वतःचा आवाज ऐकावयाचा असेल तर तो चढवलाच पाहिजे हेही ठरून गेले. नव्या जीवनाचा आवाज वेगळा. त्याप्रमाणे गतीही वेगळी. या गतीशी सम साधणेही क्रमप्राप्तच ठरले. ही आपली उडती निरीक्षणे; पण मला वाटते, या सगळ्याचा आपल्या साहित्यातील, संगीतातील स्थित्यंतरांशी संबंध आहे. शिवाय पाश्चिमात्य संस्कृतीचा वाढत चाललेला प्रभाव. त्यामुळे 'पॉप' पसरू लागले, जनसमुदायाच्या सर्वसाधारण व्यक्तिमत्त्वाशी ते संवाद साधू लागले.

संगीतात तर पॉप स्थिरावलेच; पण हळूहळू ते चित्रकलेतही शिरले. 'पॉप आर्ट' हा प्रकार आला. 'आर्ट' म्हटल्यावर त्याकडे, लाजेकाजेस्तव का होईना लक्ष देणे आले. कॉम्प्युटर म्हणजे काय हे ठाऊक नसले तरी चालेल; पण कॉम्प्युटर आर्ट म्हणजे काय हे ठाऊक असले पाहिजे. सांस्कृतिक गप्पांत हे विषय आले तर अब्रू जायला नको. पॉप आर्ट हाही असाच एक विषय. मीही तो कधीकधी चघळला आहे; पण पॉप हे चित्रकलेपेक्षाही संगीतामुळे माझ्या अधिक ओळखीचे. चित्रकला पाहायला मुद्दाम एखाद्या आर्ट गॅलरीत जावे लागते. संगीत कसे, घरबसल्या कानांवर येते! मुलांनी आणलेल्या रेकॉर्ड्स, कॉलेजात विविध करमणुकीच्या कार्यक्रमांत म्हटलेली गाणी... हे नाकारणार कसे? आणि एकदा ते स्वीकारले की, मग त्याबद्दलची जिज्ञासाही वाढू लागते. याचे कारण स्वभाव. नावडणाऱ्या किंवा ज्यात विशेष स्वारस्य नाही अशा गोष्टींबाबतही, मी क्रियाशून्य राहू शकत नाही. या स्वभावामुळे जिज्ञासा वाढली, रसही वाढला. 'पॉप' कानाला बरे वाटू लागले.

'पॉप'शी असे नाते जडत असतानाच एक 'पॉप ऑपेरा' पाहण्याचाही योग आला. त्याचे नाव 'जीझस् क्राइस्ट सुपरस्टार.' ज्याबद्दल वादंग निर्माण झाले आणि शेवटी जो सेन्सॉर बोर्डाने नाकारला असा हा चित्रपट. त्याचे नाटकही झाले. मुंबईत त्या नाटकाचे प्रयोगही झाले; पण चित्रपट मात्र विविध प्रकारच्या दडपणांमुळे कधीच प्रदर्शित होऊ शकला नाही. त्या प्रकारचा आणखी एखादा 'पॉप ऑपेरा' चित्रपट वा नाटकरूपाने पुढे आला का हे मला ठाऊक नाही. कारण मी 'मूलभूतपणे' एक मराठी प्रेक्षक. दुसऱ्या जगातील घडामोडी आपल्यापर्यंत पोहोचत नाहीत किंवा फार उशिरा पोहोचतात.

पण खंत वाटण्याचे कारण नाही! आपल्याकडेही मराठी रंगभूमीवर 'पॉप ऑपेरा' नुकताच आला. 'तीन पैशांचा तमाशा.' ब्रेख्टच्या 'श्री पेनी ऑपेरा' या नाटकाचे पु. ल. देशपांड्यांनी केलेले हे रूपांतर. जब्बार पटेलांनी तो 'पॉप

ऑपेरा'च्या पद्धतीनेच सादर केला. मला तो बेहद्द आवडला. सबंध प्रयोगाचा एकूण सूर चढा, गतिमान; पण एखाद्या समाजिक प्रश्नाचे, एखाद्या नाजुक भावनेचे, किती उत्तम दर्शन त्यातून घडले! त्या वेळी वाटते, पॉप लोकप्रिय खरेच; पण लोकांपर्यंत पोहोचणारे म्हणून लोकप्रिय.

असे पॉप आम्हा मराठी प्रेक्षक-श्रोत्यांपर्यंत येऊन पोहोचले. गेल्या पंधरवड्यात टी.व्ही.वर 'मराठी पॉप' हा कार्यक्रम पाहिला, तेव्हा तर यासंबंधी खात्रीच पटली. आता 'पॉप' इंग्रजी राहणार नाही. लवकरात लवकर त्यासाठी एखादा मराठी प्रतिशब्द शोधला पाहिजे. जे आपले होणार, त्याला आपले एखादे नाव द्यायला नको?

'मराठी पॉप'मध्ये एकूण पाच गाणी होती. गाणी सुधीर मोघेची. संगीत दिग्दर्शक आनंद मोडक आणि गायक रवींद्र साठे, नंदू भेंडे, माधुरी पुरंदरे आणि लालन मरवा. कार्यक्रमाचे संचालन मोहन गोखले यांनी केले. आज कलाक्षेत्रात चमकत असलेली ही तरुण मंडळी. त्या वेळी वाटले, आज खरे 'युवदर्शन' घडले. संचालकांनी 'मराठी पॉप'चे 'मराठी गीतांना चढवलेला पाश्चिमात्य संगीताचा साज' असे वर्णन केले; पण या प्रकाराला नाव काय द्यायचे हा त्यांनाही प्रश्न पडलाच. तो त्यांनी प्रेक्षकांपुढे ठेवला. त्यांनी प्रेक्षकांना केलेली आणखी एक सूचना महत्त्वाची होती. 'व्हॉल्यूम वाढवा.' गाण्यापूर्वी त्यांनी केलेले कवितांचे साधे वाचनही चांगले वाटले. गाणारे तर नावाजलेलेच होते. त्यांतील नंदू भेंडे व माधुरी पुरंदरे 'तीन पैशांचा तमाशा'मध्ये होते. नंदू भेंडे हा 'इंग्रजी-पॉप'साठीही प्रसिद्ध- असे पुष्कळ आणखीही तपशील देण्याजोगे आहेत; पण त्याहून महत्त्वाचे त्या कार्यक्रमाला इतकी रंगत का आली याचे विश्लेषण.

माझ्या मते याची दोन-तीन कारणे आहेत. पहिले म्हणजे ही एक मराठी संगीतात आलेल्या तोचतोचपणाविरुद्धची प्रतिक्रिया आहे. अलीकडची मराठी भावगीते, चित्रपटातील गीते ऐकताना फार कंटाळा येतो. तेच शब्द, तेच सूर. काही अपवाद असतील; पण ते या क्षेत्रात निर्माण झालेल्या पोकळीची भरपाई करण्याइतके नाहीत. पूर्वीसारखे एखादे गीत मनात घुमत राहत नाही. हिंदी गाण्यांबाबत असे झालेले नाही. नवे गीतकार आहेत, संगीत दिग्दर्शक आहेत आणि गायकही. ते काही ना काही नवे देत असतात. त्या पार्श्वभूमीवर आजच्या मराठी संगीतातील दारिद्र्य फारच जाणवते. मग 'पॉप' ऐकले की, थोडे वेगळे काही ऐकल्याचा आनंद तरी मिळतो. टवटवीत वाटते.

पण हे नकारात्मक कारण झाले. दुसरे महत्त्वाचे कारण असे की, 'पॉप' हाच आजच्या पिढीचा सूर आहे. दुःख, आनंद सगळ्याबद्दल जरा अलिप्तपणे बोलणे, उदास; पण रडके नाही. सुधीर मोघेचे 'एक सांगशील, आपले रस्ते अवचित कसे,

कुठे जुळले?' हे गीत ऐकताना याचा प्रत्यय आला. 'खरं म्हणजे आपण एकटे सुखात जगत असतो' या गीतातील सूर तर खास नव्या पिढीचा. आपल्या प्रेमानुभवाबद्दल मिश्कीलपणे बोलण्याइतकी विनोदबुद्धी पूर्वी आढळणे कठीण होते. ही गाणी ऐकताना वाटले की, 'कोसला'मुळे जशी नव्या पिढीला आपली भाषा सापडली, तसा 'पॉप'मुळे कदाचित त्यांना आपला सूर सापडेल. शब्द बदलला की, सूर बदलणे हे काहीसे अपरिहार्यच आहे. आजच्या 'मराठी' संगीतातील सूर कालबाह्य वाटू लागला आहे. तो बदलण्याचे पुष्कळ मार्ग आहेत. काही कल्पक संगीत दिग्दर्शक ते चोखाळतही आहेत. त्या पुष्कळ मार्गांपैकी 'पॉप' हा एक नव्या, बदललेल्या जीवनाशी, प्रवृत्तीशा जुळणारा.

अर्थात हे सगळ्यांनाच आवडेल असे नाही. खुद्द गीतकारही संपूर्ण नवे शब्द देऊ शकला नाही. त्याच्यावरील जुने संस्कार जाणवत होते. गायकांच्या शब्दोच्चारातही हे जुने संस्कार होते. नंदू भेंडे हा अपवाद! तो इंग्रजी पॉपच्या वळणाला अधिक जवळचा आहे, हे त्याचे कारण असेल का?

हे संस्कार श्रोत्यांवरही होते. म्हणूनच प्रत्येक गीताच्या शेवटी 'टाळ्या वाजवा' असे संचालकाला मुद्दाम सांगावे लागले. उत्स्फूर्तपणे ते घडले नाही. मी त्या श्रोत्यांत असते तर मी मात्र नक्कीच उत्स्फूर्त दाद दिली असती. माझ्या संस्कारांचे काय झाले? मला वाटते, माझा कंटाळा जितका पराकोटीला पोहोचला आहे, तितका तो इतर श्रोत्यांचा पोहोचला नसावा. काही असो, 'पॉप'ने थोडा कुरकुरीतपणा, खमंगपणा आणला हे नि:संशय!

श्रावण मासी हर्ष मानसी

सध्या श्रावण सुरू आहे.

श्रावण येण्याआधीच त्याची चाहूल लागते. आषाढी एकादशीपासून चातुर्मास सुरू होतो. कांदेनवमीला चार महिने पुरतील इतके कांदे खाऊन घ्यायचे. पुढे चार महिने कांदा-लसूण वर्ज्य! काही अधिक कर्मठ कुटुंबांमध्ये वांगीही वर्ज्य! (त्या कुटुंबांत चातुर्मास संपल्यावर लगेच येणाऱ्या तुळशीच्या लग्नादिवशी 'भरली वांगी' हा कौतुकाचा पदार्थ असतो!) मांसाहारी मंडळी आपला संयम थोडा उशिरा चालू करतात आणि तो अधिक श्रेष्ठ प्रकारचा संयम असतो. कारण येथे सवाल कांदा-लसणीचा नसून, मासे-मटणाचा असतो. आषाढी अमावास्या झाली की, मग महिनाभर ते अभक्ष्य खायचे नाही. फक्त 'शिवराक' जेवून उदरनिर्वाह करायचा; त्यामुळे कधी एकदा श्रावण संपतो असे होऊन जाते! ज्यांच्याकडे गणपती असतो त्यांना थोडी अधिकच कळ सोसावी लागते. त्यांच्याकडे गणपती विसर्जनानंतर गणपतीइतक्याच थाटामाटाने मासे आणले जातात असे ऐकले आहे. या सगळ्या थोतांडावर विश्वास न ठेवणारे बंडखोर असतातच; पण त्यांनाही कधीकधी या प्रकाराचा चटका बसतो. घरात ते पदार्थ शिजलेच नाहीत तर करणार काय?

पण श्रावण महिन्यातील सणांमुळे नुकसानभरपाईही मिळते. श्रावणी सोमवारी व शुक्रवारी काहीतरी गोडधोड असतेच. निदान एकदा पुरणपोळी. ते अशक्यच झाले तर कडबू तरी! (काहींच्या पुरणपोळ्या हे कडबूच असतात, हे सोडा!) कडबू हा गावाकडचा प्रकार आहे. नागपंचमीला चिरायचे, कापायचे नसते. त्या दिवशी दिंडे करतात. मला वाटते, तोही गावाकडचा प्रकार आहे. मुंबईकरांना तो विशेष ठाऊक नसावा. मुंबईकरांचा मोठा सण म्हणजे नारळीपौर्णिमा. कारण मुंबईला समुद्र आहे. समुद्राला वाहिलेले नारळ, नारळाची बर्फी, ओल्या नारळाच्या करंज्या किंवा नारळी भात. (ज्यांना हे अभक्ष्य वाटते त्यांच्या मनात, नारळी पौर्णिमेपासूनच 'मासेमारी'ला

सुरुवात होते, हा दिलासा!) नारळी पौर्णिमेप्रमाणेच गोकुळअष्टमी. विशेषत: त्यानंतरचा काला, हाही एक सार्वजनिक सण. असे आणखीही काही सण. म्हणून श्रावण हा सणावारांचा, व्रतवैकल्यांचा महिना.

श्रावणात खरी गडबड असते ती बायकांची. उपासतापास असतात, गोडधोड करायचे असते. शुक्रवारी सवाष्णीला जेवू घालायचे असते. मंगळागौरीसारखे समारंभ असतात. या सगळ्या धांदलीत श्रावण कसा निघून जातो हे कळतही नाही. रोज काही ना काही घडामोड. हे सगळे करण्यात आनंद असतो. उत्साह असतो. तो आनंद, उत्साह मनातून ओसंडत असतो. खरे म्हणजे या आनंदाला भोवतीचे वातावरणही कारणीभूत असते. आषाढातला धरणे धरून बसलेला पाऊस संपलेला असतो. नंतर येतो तो तुमची हसतमुखाने चौकशी करून, सौम्य ऊन तुमच्यासाठी मागे ठेवून जाणारा पाऊस. सगळ्या परिसराला नवचैतन्य देणारा. माणसामाणसांमध्ये काहीतरी सूत्र निर्माण करणारा. सुंदर पाऊस. उदात्त पाऊस. तो पाऊस सगळ्यांच्या अंगांतून लहरत असतो. बायका विशेष आनंदात असतात. कुठेतरी लौकिक आणि नैसर्गिक यांचे नाते!

अशा या श्रावणाचे चित्र काही कवितांतही उमटले आहे. ना. घ. देशपांड्यांच्या एका कवितेत 'छंदी फंदी' श्रावण आहे. 'जलधारात, तार छेडित आला, श्रावण छंदी फंदी, त्याची चढते गीतधुंदी!' हे श्रावणाचे एक रूप जरा वैयक्तिक दृष्टीतून पाहिलेले. अनिलांची 'श्रावणझड' ही सुंदर कविता आठवते. तिच्यात श्रावणातल्या निसर्गाचे वर्णन आहे; पण ते प्रतीकात्मक. त्या सगळ्या वर्णनातून कवीच्या मनाची निर्मितिपूर्व अवस्था चित्रित केली आहे. श्रावणझड बाहेरी मी अंतरि भिजलेला, पंखी खुपसून चोच एक पक्षी निजलेला. मनात खूप खळबळ आहे; पण उथळ पावलातल्या नळाप्रमाणे सगळे 'संगळून' बसलेले. कधीतरी एखादी चमक, एखादे वर्तुळ. पुन्हा सगळे विरून जाते- आणि मग फक्त मनातली 'झिमझिम'. तिचीच एक दशा. 'झिमझिम ही वाऱ्यासह स्थायी लय धरूनि असे, संमोहन निद्रेतून शब्दांना जाग नसे!' हा श्रावण फक्त अनिलांचा. मर्ढेकरांनी 'आषाढ-श्रावण' एकत्र आणले आहेत. साऱ्या शरीराला तहान लागलेली होती. 'किती आषाढ-श्रावणातल्या पावसांच्या सरींनी जरा गारवा मिळत होता. चातक-चोचीने, प्यावा वर्षात्रऋतू तरी!' मनी तापलेल्या तारा जरा निवत होत्या. काळलाही थोडी ओलसर गोडी असल्यासारखे वाटत होते. यमही ओशाळला की काय, असा भास होत होता. सगळे कसे प्रसन्न, निवांत. या वातावरणाला फक्त 'चाळीचाळींतून चिंब झालेल्या चिरगुटांचा' तडा; पण त्याचाही विसर पडावा अशा या पावसाच्या सरी. मर्ढेकर त्यात हरवून गेले.

या तिन्ही कविता आपापल्या परींनी सुंदर आहेत; पण त्यात कवींच्या मनांतला श्रावण आहे. त्यांत श्रावणातला वैयक्तिक मूड आहे. जनातला श्रावण आहे तो

फक्त बालकवींच्या 'श्रावण मासा'त. तेथेही मनातला आनंद आहेच. 'श्रावणमासी हर्ष मानसी' पण हा हर्ष केवळ बालकवींच्या मनातला नव्हे, सर्वांच्याच मनातला! बालकवी तर उन्मेखूनच गेले आहेत. वरखाली दृष्टी भिरभिरते आहे, ऊन-पावसाच्या खेळाची किमया बालसुलभ वृत्तीने टिपते आहे. ते 'शिरवे', ते 'तरुशिखरांवर, उंच घरांवर' पडलेले 'पिवळे पिवळे ऊन.'

हेच बालकवींच्या 'श्रावणमासा'चे वेगळेपण. तेथे फक्त निसर्ग नाही, घर आहे. ती सबंध कविता वाचताना लक्षात येते की, बालकवींच्या मनात एकसारखे हे घर आहे. त्यांच्या निसर्गवर्णनांतून, उत्प्रेक्षांतून हे जाणवते. आकाशातील इंद्रधनूचा गोफ पाहून त्यांना 'मंगल तोरण काय बांधिले नभोमंडपी कुणि भासे' असे वाटते. उडणारी बगळ्यांची माळ पाहूनही 'कल्पसुमांची माळ' असा भास. यामागे श्रावणातल्या मंगल, प्रसन्न दिवसांची स्मृती आहे. कवितेच्या उत्तरार्धांत ती अधिकाधिक स्पष्ट होत जाते. 'सुंदर हरिणी, हिरव्या कुरणी, निजबाळांसह बागडती' या ओळीमागे 'जिवती'ची आठवण असेल का? शुक्रवारी या जिवतीची पूजा करून लेकराबाळांना आपण ओवाळतो. बालकवींच्या घरातही हे होत असणारच. पुढील ओळ 'खिल्लारे ही चरती रानी, गोपहि गाणी गात फिरे' ही. या ओळीचे कृष्णाशी आणि म्हणून गोकुळाष्टमीशी असणारे भावबंध जाणवल्याखेरीज कसे राहातील? 'विपिनी रम्य केवडा दरवळला,' असे निरीक्षण येते तेव्हा केवडा आणि नाग म्हणून नागपंचमी यांचा संबंध जोडण्याचा मोह झाला, तर ती चूक आहे का? त्याचप्रमाणे, हातात परडी घेऊन. 'पुरोपकंठी' जाणाऱ्या स्त्रियांचे वर्णन येते तेव्हा गावाबाहेर शंकराचे देऊळ असते आणि शिवामूठ वाहण्यासाठी तेथे धार्मिक वृत्तीची माणसे जातात, हे आठवल्याखेरीज कसे राहील? हे सगळे सोडा; पण कवितेच्या शेवटच्या काही ओळींत वेगवेगळ्या फुलांचे, पत्रींचे, परडयांचे उल्लेख वाचून 'मंगळागौर' आठवते हे तर निश्चितच.

याचा अर्थ बालकवींनी धार्मिक वृत्तीने ही कविता लिहिली आहे, असा मुळीच नाही... श्रावणातल्या सणावारांचा, समारंभांचा त्यांनी जाणीवपूर्वक उल्लेख केला आहे, असेही नाही; पण श्रावणातला निसर्ग पाहताना, त्यासंबंधी उन्मेखून लिहिताना त्यांच्या मनात श्रावणाचे हे लौकिक चित्रही कुठेतरी लपलेले होते, असे वाटते. ते चित्र नकळत कवितेतून उमटले. मनातल्या श्रावणाला जनातला श्रावणही आपोआप भेटला. रसिकतेला भाविकतेची जोड मिळाली. म्हणून तर स्वतःच्या मनातला आनंद देवदर्शनाला निघालेल्या ललनांच्या मनातही ओसंडतो आहे हे कळले. या संयोगातूनच 'श्रावण महिन्याचे गीत' स्फुरले. 'देवदर्शना निघती ललना, हर्ष माइना हृदयांत । वदनी त्यांच्या वाचुनि घ्यावे श्रावण महिन्याचे गीत ।' हे सर्वांचे गीत. एकट्या कवीचे

नव्हे. सर्वांचे तर खरेच- पण विशेषत: 'शुद्धमती सुंदर बालांचे,' 'ललनांचे.' किती निरागसपणे बालकवींनी ते लिहिले आहे- आणि वाचलेही आहे! बालकवी लहान मूल झाले आहेत, जणू डोक्यावर जरीची टोपी घालून इकडेतिकडे, वरखाली बागडताहेत. तोच लहान मुलाचा उत्साह, जिज्ञासा- सगळे काही.

बालकवींची कविता वाचताना मला हे जाणवले आणि माझ्या लहानपणीचा श्रावणमास आठवला. त्या वेळी श्रावणातले सोमवार, शुक्रवार विशेष महत्त्वाचे असत. नागपंचमी, गोकुळअष्टमी, नारळी पौर्णिमा साजरी होई. मंगळागौरीची पूजा असे. फराळाची, जागरणांची आम्ही वाट पाहत असू. आता आयुष्य बदलले. तो उत्साह संपला. सणांना पक्वान्ने करण्याइतका वेळ उरला नाही. जिवतीचे चित्र मुंबईत कुठे मिळते हे ठाऊक नाही; पण ते एक प्रकारचे कर्मकांडच नव्हे का? कर्मकांड संपले तरी, संस्कार कुठे जातील? अजून श्रावण-शुक्रवारी जिवतीचे चित्र नसले तरी, मुलांना ओवाळावेसे वाटते. एखाद्या सवाष्णीला कुंकू लावावेसे वाटते. श्रावणी सोमवार म्हटला की, लहानपणी जरा लवकरच सोडलेल्या उपासांची, त्या वेळी खाल्लेल्या पोळीची आठवण होते. जन्माष्टमीला आजूबाजूच्या बंगल्यांतून तोडून आणून रात्री बारा वाजता कृष्णाच्या मूर्तीला वाहिलेल्या चाफ्याच्या फुलांचा गंध मनात दरवळू लागतो.

म्हणूनच, ना. घ., अनिल, मर्ढेकर यांच्या कविता आवडत असूनही बालकवींची 'श्रावणमास' मला अधिक जवळची वाटते, आपली वाटते. 'श्रावणमासी हर्ष मानसी' हे मला माझेच शब्द वाटतात. हीच चांगल्या कवितेची किमया असते.

बायकांचा डबा

लोकलने वांद्रा ते चर्चगेट हा प्रवास मी जवळजवळ रोज करते. अलीकडेच पहिल्या वर्गाने जाऊ लागले; पण काल-परवापर्यंत दुसऱ्या वर्गाने जात होते. पहिल्या वर्गाच्या प्रवासात सोय असते. कधी सुखही; पण फारसे 'थ्रिल' असत नाही. आपल्याला बसण्यासाठी निश्चित जागा मिळणार आहे यासंबंधी खात्री असल्यावर कुठले आलेय थ्रिल? शिवाय त्या सहप्रवासिनी मला आपल्या वाटत नाहीत. कारण, निदान वरकरणी तरी त्या सुरक्षित, सुखी वाटतात. त्यांच्याशी आम्हा धडपडणाऱ्या बायकांचे नाते कसे जुळणार? अशा वेळी मनात येते, रेल्वेने पहिला व दुसरा यांच्या जोडीला एक 'मध्यमवर्ग' का सुरू करू नये? आमचे खरे स्थान तिथे!

अर्थात स्थान मिळेलच याची शाश्वती मात्र कधीच नसते. अगदी वांद्र्याहून सुटणारी गाडी घेतली, तरी प्लॅटफॉर्मवर बायकांचा दुसऱ्या वर्गाचा डबा ज्या ठिकाणी येतो, त्या ठिकाणी तुफान गर्दी. गाडी कधी येते आणि आत शिरून आपण जागा कधी पटकावतो यासाठी सगळ्या टपलेल्या. हार्बर लाइनच्या गाडीला बायकांचे दोन डबे असतात, पश्चिम रेल्वेच्या गाड्यांना मात्र एकच; त्यामुळे तेथेच सगळी कोंबाकोंबी आणि झोंबाझोंबीही! अशा परिस्थितीत आत शिरणे हेच एक सामूहिक साहस असते. ते टाळण्यासाठी मी काही वेळा फक्त बायकांसाठी नसलेल्या म्हणजेच पुरुषांच्या डब्यात बसून जाण्याचा प्रयोगही करून पाहिला; पण पुरुषांना ते फारसे आवडत नाही, असे माझ्या लक्षात आले. बरोबरच आहे. बायकांसाठी खास व्यवस्था असताना त्यांनी पुरुषांच्या स्थानावर काय म्हणून अतिक्रमण करावे? इतरत्र बायका चालतील- नव्हे, पाहिजेतच; पण रेल्वेच्या डब्यात मात्र नकोत. तेथे पुरुष हा पुरुष; बाई ही बाई. एकमेकांचा जणू काही संबंधच

नाही असा पवित्रा! जीवनप्रवास वेगळा आणि रेल्वेप्रवास वेगळे!

आणि रेल्वेप्रवासात बायका तरी कुठे एकत्र असतात? आत शिरून जागा मिळेपर्यंत कोणी कोणाचे नसते. प्रत्येकजण एकटी. जागा मिळाल्यावर जरा मूड येतो. एखाद्या अनोळखी शेजारणीसाठी जरा सरकून बसण्याइतके औदार्य अंगी संचारते. एखाद्या अधिक चपळ बाईमुळे आपली जागा थोडक्यात गेली असेल तर ती त्या अर्ध्या-पाऊण तासाच्या आपल्या प्रवासातला शत्रू! असे तात्पुरते रागलोभ तयार झालेले असतात.

गाडी चालू होते; पण वातावरणात स्थैर्य कधीच येत नाही. कारण प्रत्येक स्टेशनवर बायकांचे लोटच्या लोट आत येतात. खेचाखेच होते; पण त्या गर्दीतही गट असतात. एकमेकींमधील अंतराची तमा न करता संभाषण चालू असते, आजूबाजूच्या बायकांना ते ऐकण्याखेरीज गत्यंतर उरत नाही. (काहीजणींना ते आवडतेही!) मी ऐकलेल्या संभाषणातील ही वाक्ये पाहा : 'ए, आज निघताना फार घाई झाली ग! कशीबशी गाडी गाठली!' 'काल एवढे पाहुणे आले! खायला काही नव्हतं... दडपे पोहे केले झालं; ऐनवेळी काय करणार सांग ना?' 'कालचं छायागीत पाहिलंत? मस्त होतं नाही?' 'हे फिरतीवर आहेत; त्यामुळे दोन दिवस आराम!' असे बरेच काही. सगळे कौटुंबिक. हे ऐकून ऐकून मी दोन निष्कर्ष काढले आहेत. पहिला निष्कर्ष : बायकांच्या डब्याची मातृभाषा मराठी असते. दुसरा निष्कर्ष : 'टी. व्ही., हिंदी चित्रपट, स्त्रियांची मासिके ही त्यांच्या करमणुकीची साधने' आहेत. शिवण-टिपण, भरतकाम चालू असते; त्या अजून तरी ते टाकून देण्याइतक्या बुद्धिवादी झालेल्या नाहीत. यावरून 'आजच्या मराठी स्त्रीचे भावविश्व' वगैरेबद्दल कोणालाही काही सिद्धान्त मांडायचा असेल, तर तो त्यांनी अवश्य मांडावा. हा सिद्धान्त मांडताना, त्या उतरताना एकमेकींना ढकलतात, एकमेकींशी, दारांत ठाण मांडून बसलेल्या भाजीवाल्यांशी किंवा कोळणींशी भांडतात. या तपशिलांचीही दखल घ्यावी!

हे झाले जाताना. येताना तीच गर्दी, जागा पकडण्यासाठी तीच धडपड; पण बायका थोड्या कमी ताणात असतात. डब्यात विकायला आलेले पदार्थ, खाणे, मुला-बाळांच्या आठवणी, जाताना भाजी काय न्यायची याची चर्चा. कधी भाजी घेतलेली असेल तर ती निवडणे. लांबचा प्रवास असतो. गोवारीच्या शेंगा मोडणे किंवा मटार सोलणे सहज शक्य असते. या दृष्टीने बिचाऱ्या मत्स्याहारी स्त्रिया अभागी. त्यांना डब्यांत कोलंबी सोलणे शक्य नसते. (सक्त मनाई अशी पाटी नसली तरी!) गप्पा चालू असतात; पण जरा हळू आवाजात. कारण सगळ्याच फारफार

दमलेल्या असतात.

हे पाहून माझ्या मनात येते, खरोखर काय बदलले आहे? ताण मात्रवाढले आहेत. त्या ताणांतून नवे प्रश्नही निर्माण झाले असतील कदाचित. गर्दीतल्या या स्त्रियांचे 'निःश्वास' त्यांचे त्यांना तरी ऐकू येतात का? ते ऐकणारी एखादी विभावरी शिरूरकर निपजेल का? अरविंद गोखल्यांनी 'मंजुळे'चा निःश्वास ऐकला; पण ती पुरुषांच्या डब्यातून प्रवास करणारी मंजुळा! या बायकांच्या डब्यातल्या असंख्य मंजुळांचे काय? त्यांची कोणी दखल घेईल काय? त्या आत कुठेतरी एकट्या आहेत. त्यांचे हे एकटेपण कोणी खोलवर जाऊन शोधेल काय? 'माणसाचे एकटेपण' हा आजच्या साहित्यातला फॅशनेबल विषय आहे; पण हे नुसते एकटेपण नाही. हे सामूहिक एकटेपण आहे आणि म्हणूनच ते अधिक चिंता, अधिक उदासीनता निर्माण करणारे आहे. वरकरणी सगळे ठीक; पण आत कोणाचे कोणाशी कसले नातेच नाही.

पण कधीकधी अचानक, उत्स्फूर्तपणे ते नाते जडतेही. एक प्रसंग सांगते : एकदा मी हार्बर गाडीने चालले होते. विशेष गर्दी नव्हती. ठिकठिकाणी विखुरलेल्या एकट्या बायका. काहीजणी अर्धवट झोपेत. काही स्टेशने गेल्यावर एक बाई ओरडली. गाडी स्टेशनवरून सुटता सुटता कोणीतरी तिचे मंगळसूत्र खेचले होते. तो पळून गेला होता. बाईच्या डोळ्यांत पाणी. हे कळताक्षणी डब्यात एक वेगळेच वातावरण निर्माण झाले. सगळ्या एकमेकींशी बोलू लागल्या, त्या बाईला खरी सहानुभूती दाखवू लागल्या. व्ही. टी. स्टेशन येईपर्यंत त्या मनाने एकत्र होत्या.

दुसरा एक प्रसंग आठवतो. संध्याकाळची वेळ. आम्ही घरी परतत होतो. गाडी बोरिवलीची होती; त्यामुळे गर्दी होती. व्यवस्थित उतरायला मिळावे म्हणून बायका माहीम स्टेशन गेल्यापासूनच दाराकडे जाऊ लागल्या होत्या. दाराजवळच्या पॅसेजमध्ये खेचाखेच चालू होती. वांद्र्याचे स्टेशन जवळ येऊ लागले आणि तेवढ्यात दाराच्या अगदी तोंडाशी उभी असलेली एक ख्रिश्चन बाई दारातच पडली. कोणीतरी ओरडले, 'धरा, धरा तिला!' वेळीच धरले नसते, तर ती खाली पडली असती. स्टेशन येईपर्यंत तिचे अर्धे शरीर आत आणि पाय दाराबाहेर. बायकांनी तिला घट्ट पकडली. गाडी स्टेशनात आल्यावर त्यांनी तिला बाहेर ओढले, प्लॅटफार्मवर रुळांपासून सुरक्षित अंतरावर ठेवले आणि गाडी निघून गेल्यावर सगळ्यांनी सुटकेचा निःश्वास टाकला.

त्या वेळात ती ख्रिश्चन मुलगी काय करत होती? काहीही नाही. ती आपला जीव तिला पकडणाऱ्या बायकांच्या स्वाधीन करून निर्धास्त होती. तिने स्वतःहून उठण्याचा, उतरण्याचा प्रयत्न केला नाही. ते शक्य नव्हते हे खरेच; पण तिला

विश्वासही वाटत होता. स्टेशनवर ती उठून उभी राहिल्यावर तिला विचारले, ''काय झालं? घेरी आली का?'' तिने उत्तर दिले नाही. ती हेलावलेली होती. कोणी विचारले, ''घरी पोहोचवू का?'' ती ''नको,'' म्हणाली. आवश्यकता नव्हतीच; उंच टाचेच्या बुटांमुळे तिचा पाय घसरला होता. कारण काही असो, तिचा जीव इतरांनी संभाळला होता. डब्यातल्या प्रत्येक बाईचे लक्ष तिच्याकडे होते.

महानुभाव दृष्टान्तात सूत्र आधी येते आणि मग दृष्टान्त- स्पष्टीकरणासाठी सांगितलेली कथा. मी कथा सांगितल्या. क्रम बदलून, सूत्र नंतर : ते असे की भीती, असुरक्षितता, संकटे यांनी ग्रासलेल्या मन:स्थितीत का होईना, माणसे एकत्र येतात. त्या वेळी त्यांचे एकटेपण संपलेले असते. तात्पुरता का होईना, 'मी' हा 'आपण सर्व' झालेला असतो. हेही नसे थोडके!

आणि आता दृष्टान्तामागून येणारे दार्ष्टान्तिकही : हे सगळे करण्यासाठी बायकांच्या डब्यातून प्रवास करावा, कारण बायका अधिक चटकन एकत्र येऊ शकतात. गर्भधारणेच्या व प्रसूतीच्या काळात त्यांच्यात जे सूत्र असते, ते कदाचित स्त्रीच्या सामूहिक नेणिवेत लपलेले एक सनातन सूत्र आहे म्हणून!

नातीगोती

काही आठवड्यांपूर्वी एका लेखकमित्राचा फोन आला. त्यांना इरावतीबाईंच्या धोंडो केशव कर्व्यांवरील लेखातील शेवटचे वाक्य हवे होते. मला ते वाक्य आठवत होते; पण त्यातील प्रत्येक शब्दाबद्दल व क्रमाबद्दल खात्री नव्हती. त्यासाठी तो लेख पुन्हा वाचणे भाग होते. मी माझ्या स्मरणशक्तीला दोष दिला. काही वर्षांपूर्वी वाचलेला हा लेख फार आवडलेला. त्यातील शेवटचे, लेखकमित्राला हवे असलेले, वाक्य तर बेहद्द आवडलेले आणि आज ते जसेच्या तसे आठवू नये, हा काय प्रकार आहे? कवितांच्या ओळी आठवतात आणि गद्य वाक्ये मात्र आठवत नाहीत; असे का व्हावे?

पण या प्रश्नांची उत्तरे शोधण्याइतका वेळ नव्हता. लेख 'सत्यकथे'त प्रसिद्ध झाला होता एवढेच आठवत होते; पण नेमका कोणत्या वर्षी? कानेटकरांच्या 'हिमालयाची सावली' या नाटकात त्या वाक्याचा काही उपयोग केला असेल का? मुंबई मराठी ग्रंथसंग्रहालयात गेले असते; तर हे सगळे सहज कळले असते; पण तेवढाही वेळ नव्हता. म्हणून सत्यकथेच्या कार्यालयात काम करणाऱ्या सरिता मानकामेला फोन केला. तिने तत्परतेने सत्यकथेच्या जुन्या अंकांचा शोध घेतला. मे १९५८ मध्ये प्रसिद्ध झालेला तो लेख मिळवला आणि लगेच मला ते शेवटचे वाक्य फोनवरून सांगितले. ते वाक्य जसेच्या तसे आमच्या लेखकमित्रापर्यंत पोहोचवले, वाक्य असे- केवढे माझे भाग्य की, मी अशा माणसाची सून झाले! पण त्याहीपेक्षा केवढे महत्तर माझे भाग्य की, मी अशा माणसाची बायको झाले नाही!' माझ्या अंगावर सोपवलेले काम संपले. मी मोकळी झाले.

पण मोकळी झाले हे काही खरे नाही. अधिक गुंतले. कारण त्यानंतर माझ्या

डोक्यात एक वेगळेच चक्र सुरू झाले. माणसांच्या नातेसंबंधांबद्दल मी पुन्हा एकदा नव्याने विचार करू लागले. ते जटिल असतात हे तर खरेच. काही वेळा ते कमालीचे अस्थिरही असतात. जवळची माणसे दूर जातात. कधी सकारण, कधी अकारण. कधी आपला रोष असतो, कधी नसतो. हे मी स्वतः अनुभवलेले आहे. इतरांनी अनुभवलेले आहे, हेही मला ठाऊक आहे. तरीही दुःख वाटल्याखेरीज राहत नाही. हे इतके का असावे, असा प्रश्न पुन:पुन्हा पडत राहतो. हे आधीपासूनच.

पण ते वाक्य वाचल्यानंतर एक वेगळाच प्रश्न उपस्थित झाला. तो प्रश्न नातेसंबंधांच्या अदलाबदलीचा. तो विशेषकरून नात्याच्या माणसांबद्दलच निर्माण होतो. कारण ही नाती आपण जन्माला येण्यापूर्वींच निश्चित झालेली असतात. हे वडील, ही आई, ही आईची बहीण म्हणून मावशी वगैरे. नंतर त्यात भर पडत जाते. कोणत्याही प्रकारच्या निवडीला अवसरच नसतो. थोडासा अवसर असतो तो पतीच्या किंवा पत्नीच्या निवडीत; पण एकदा ती निवड झाली की, पुन्हा तीच चौकट. अमुक एकजण नवऱ्याचा भाऊ म्हणून दीर. तेथे इरावतीबाईंच्या वाट्याला आलेले भाग्य सर्वांच्याच वाट्याला येते असे नाही. माणसे चांगली असतात; पण या बांधलेल्या नात्यांमुळे ताण निर्माण होतात. जो दीर नसताना चांगला वागला असता, तो दीर असल्यामुळे त्रासदायक ठरतो. ही नाती मोकळी, लवचीक केली तर? पण ती कशी करणार? सुटकाच नसते. इरावतींबाईंना मनाजोगता सासरा मिळाला; लक्ष्मीबाई टिळकांना मिळाला नाही. त्यांना कशा प्रकारचा सासरा आवडला असता? अण्णासाहेब कर्व्यांना इरावती ही सून म्हणून आवडली असती की मुलगी म्हणून? बायाला अण्णासाहेबांशी कोणते नाते आवडले असते? इरावतीबाईंची वृत्ती वेगळी, काळही वेगळा; त्यामुळे त्याही स्पष्टपणे लिहू शकल्या. बायाला तशी संधी असती तर माझे पुराण वेगळे झाले असते का? कोणी म्हणेल, नात्यांना काय एवढे महत्त्व आहे? पण ते असतेच. नाती नाकारता येत नाहीत. हे एक प्रकारचे 'अंगभूत' नातेसंबंध असतात आणि म्हणूनच ते काही वेळा त्रासदायकही असतात. व्यक्तीच्या स्वातंत्र्यावरील ते एक प्रकारचे आक्रमणच असते.

ते आपण निमूटपणे स्वीकारतो असे मुळीच नाही. स्वतंत्रपणे जगू पाहतो. अमक्याची मुलगी, तमक्याचा भाऊ अशा प्रकारचे उल्लेख आपल्याला आवडत नाहीत. ते अमूकतमूक कितीही चांगले असले तरी. काही वेळा उलटही घडते. त्यांच्या लौकिकाचा, समाजातील स्थानाचा फायदा घेतला जातो. तो मिळतो, मिळावा यासाठी त्यांना चांगले म्हटले जाते; पण आणखीही एक शक्यता असते. तेथे तोही माणूस फार मोठा आहे आणि तो विशिष्ट नात्यानेच आपल्याशी बांधला गेला आहे, याबद्दल अभिमान वाटतो. कोणती भावविवशताही नाही; व्यावहारिक स्वार्थ तर नाहीच नाही.

फक्त शुद्ध निखळ, अभिमान!

तो अभिमान ज्यातून ओसंडतो आहे, असे एक पुस्तक मी वाचले आहे. पुस्तकाचे नाव 'माय फादर : बर्ट्रंड रसेल.' पुस्तक अर्थातच त्याच्या मुलीने, कॅथरीन टेटने लिहिलेले. रसेलचे आत्मचरित्र गुणाने फार मोठे आहे; पण हे त्याचे चरित्रही त्या आत्मचरित्राइतकेच मोठे आहे. त्यातून एक वेगळा, इतक्या सुंदर आत्मचरित्रातूनही न उमटलेला रसेल भेटतो. ही या चरित्राची कमाई. या चरित्राबद्दल पुष्कळ लिहिण्याजोगे आहे. पुढे-मागे आणखी लिहीनही; पण आता लिहिते आहे ते या नातेसंबंधांच्या विशिष्ट संदर्भात. म्हणून फक्त तेवढेच!

रसेलचे क्लार्कने लिहिलेले चरित्र आहे. रसेलच्या दुसऱ्या पत्नीने- डोरा रसेलने- लिहिलेले आठवणीवजा पुस्तकही आहे. कॅथरीन ही रसेल व डोरा यांची मुलगी. आई-वडिलांच्या आयुष्यांत पुष्कळ चढउतार. ते सगळे कॅथरीन व तिचा भाऊ जॉन यांच्या आयुष्यावरही परिणाम करून गेलेले. बालपण फार वेगळ्या, प्रेरक वातावरणात गेले. सगळे सुरळीत होते असे नाही, पुढेपुढे गुंता वाढत गेला. आई-वडील एकमेकांपासून वेगळे राहू लागल्यानंतर मुलांना तऱ्हेतऱ्हेच्या अडचणी जाणवू लागल्या. काही काळ वडिलांपासून दूर राहवे लागले. त्यानंतर पाच वर्षे अमेरिकेत पुन्हा एकदा रसेलचा सहवास मिळाला. नंतर रसेल वेल्सला स्थायिक झाला. कॅथरीनचे एका अमेरिकन माणसाशी लग्न झाले. इंग्लंडला अधूनमधून तिच्या खेपा होत; पण रसेलशी असलेला सलग, निकटचा संबंध तुटला.

त्यामुळेच रसेलच्या मृत्यूची बातमी एका सकाळी फोनवरून मैत्रिणीने सांगितली तेव्हा कॅथरीनला कळली. ती ऐकल्यावर तिला काही सुचेना. तेथे जावे का? जाऊन तरी काय करणार? शेवटी जायचे ठरवले; पण तोही निर्णय पक्का होईना. जाण्यात काही अर्थच नाही. आता रसेल या जगात नाही हे शांतपणे स्वीकारावे आणि आपल्या कामाला लागावे, असे ठरवूनच कॅथरीन आपल्या घरापासून पंचवीस मैल दूर असलेल्या शाळेकडे- जेथे ती शिक्षिका म्हणून काम करत होती, तेथे- निघाली.

मोटारीचा प्रवास. समोर धुके. पाऊस, धुक्यामुळे समोरचा ओला रस्ता लपलेला. पाऊस म्हणजे एखाद्या दैवी शक्तीच्या डोळ्यांतील अश्रू? या कल्पनेबद्दल 'सेंटिमेंटल इडिअट' अशी स्वतःची संभावना केली, तरी स्वतःच्या डोळ्यांतील पाणी खळत नक्ते. तो खरेच कायमचा गेला? त्याच्यासारखा माणूस कायमचा नाहीसा होऊ शकतो? हे शक्य तरी कसे आहे? त्याला आपल्याला पुनःपुन्हा भेटावेसे वाटणार, त्याच्याशी बोलावेसे वाटणार; हा त्याचा शेवट नाहीच. तो त्याला पडलेले प्रश्न विचारण्यासाठी देवाकडे गेला आहे. देवाला जणू उत्तरे देण्यासाठी फर्मावतो आहे. मीही कधीतरी तेथे जाईन-जेथे देव असेल आणि तोही असेल! पण कधी? कोण जाणे! इतका वृद्ध झाला होता, कधीतरी जाणारच होता; पण जाण्यापूर्वी कितीतरी

बोलायचे होते, विचारायचे होते. गैरसमज, गोंधळ दूर करायचे होते...

रसेलच्या मृत्यूच्या बातमीनंतर मनात उठलेले वादळ कॅथरीनने कितीतरी ताकदीने शब्दांत पकडले आहे. त्या बातमीने तिच्या मनाला लागलेला एक मुका ठणका आपल्यालाही लागतो. भावविवशता नाही. अगदी खरी, प्रांजल प्रतिक्रिया. तिच्या जातिवंतपणाची साक्ष शब्दच देतात.

सबंध चरित्रात हा प्रांजळपणा आहे. चरित्र लिहायला घेण्यापूर्वी कॅथरीनने केलेली ती प्रतिज्ञाच होती. ज्याने सत्यावर प्रेम केले, त्याच्याबद्दल असत्य आठवणी लिहून कसे चालेल? सगळ्या तक्रारी, त्याच्या मोठेपणाविषयी शंका नसूनही मनात येणारे सगळे किंतु चरित्रात आलेच पाहिजेत. या चरित्रात ते आहेतही; पण तरीही रसेल हा आपल्याला भेटलेला सर्वांत मोठा, सर्वांत प्रेरक, ज्याच्यावर आपण सर्वांत अधिक प्रेम केले, असा माणूस होता याविषयी कॅथरीनच्या मनात यत्किंचितही शंका नाही आणि म्हणूनच ती म्हणते, 'इट वॉज अ प्रिव्हिलेज टु नो हिम, अँड आय थँक गॉड ही वॉज माय फादर.' शीर्षक आणि पुस्तकातील शेवटचे वाक्य या दोन्हींत केवढी ही सुसंगती!

पुन्हा एकदा इरावतीबाईंचे ते वाक्य आठवते. त्या वाक्याचा उत्तरार्ध कॅथरीनच्या शेवटात नाही, कारण ती रसेलकडे फक्त 'माय फादर' या एकाच दृष्टीने पाहत होती. इतर पर्याय तिच्या मनात येतच नव्हते. हे तिचे मोठेपण की रसेलचे?

माय फादर

या आधीच्या 'नातीगोती' या लेखात मी कॅथरीन टेटने लिहिलेल्या 'माय फादर : बट्रंड रसेल' या पुस्तकाचा विस्ताराने उल्लेख केला आहे. ते पुस्तक माझ्या मनात अजून घोळते आहे. त्यात कॅथरीनने दिलेले काही प्रसंग अजून आठवतात. त्या प्रसंगांवरून कॅथरीनने रसेलला 'माय फादर' असे इतक्या अभिमानाने का म्हटले आहे याचा उलगडा होतो. हा जगद्विख्यात तत्त्वचिंतक आपल्या मुलांशी बाप या नात्यानेच वागला. त्याने मुलांकडे अजिबात दुर्लक्ष केले नाही. त्यांना आस्थेने, विचारपूर्वक वाढवले. तो त्यांना नीतिपाठ देत बसला नाही. त्यांच्याशी स्वाभाविकपणे वागता वागताच त्याने त्यांच्यावर काही खोल संस्कार केले. त्यांच्या आयुष्याच्या पहिल्या काही वर्षांतच त्यांना जन्मभर पुरेल अशी शिदोरी बांधून दिली. म्हणून तर कॅथरीनच्या मनात रसेलविषयी इतकी कृतज्ञता आहे. 'मुलांना कसे वाढवावे?' या विषयावर बाळबोध पुस्तके वाचण्यापेक्षा आई-बापांनी असे एखादे पुस्तक वाचावे. त्यांना वेळोवेळी पडणाऱ्या कितीतरी प्रश्नांची उत्तरे अशा पुस्तकांतून आपोआप मिळतील!

रसेलने आपल्या मुलांना त्यांच्या गरजा ओळखून वाढवले. त्यांच्या बरोबर फिरायला जाणे, प्रवास करणे अशा गोष्टींसाठी वेळ ठेवला. आपल्या कामांचा या कार्यक्रमांत अडथळा येऊ दिला नाही. कॅथरीनच्या पुस्तकात रसेल कुटुंबाने समुद्र किनाऱ्यावर केलेल्या सहलींच्या पुष्कळ आठवणी आहेत. सुट्टीमध्ये केलेल्या प्रवासाच्याही. रसेल शांतपणे प्रवास करायचा. कसलीच घाईगर्दी नाही. गाडीच्या वेळेच्या खूप आधी स्टेशनवर येणे, डब्यात आपले सामानसुमान व्यवस्थित लावून घेणे. राहिलेल्या वेळाचे काय करायचे हाही प्रश्न नसे. सामान लावून झाल्यावर पुस्तकांच्या स्टॉलकडे जायचे. मुलांना एखादे कॉमिक घेऊन द्यायचे. स्वतःसाठी

एखादी रहस्यकथा. शिवाय छोटे छोटे चॉकलेट बार. हे करत असताना स्टेशनवरील इतर धावपळ करणाऱ्या लोकांकडे मिश्कीलपणे पाहायचे. त्यांना गाडी कशी मिळेल ही चिंता, तर रसेल कुटुंबाला डब्यापासून दूर असणाऱ्या इंजीनपर्यंत जाऊन येण्याइतका वेळ! रसेलच्या सुव्यवस्थित व्यक्तिमत्त्वाशी हे कसे जुळणारे आहे!

सुट्टीचे दिवस घालवण्यासाठी रसेलने एक घर घेतले होते; पण या घरातही माणसांची अखंड वर्दळ असायची. राहायला आलेले पाहुणेही असायचे. जेवताना गप्पा चालायच्या. मुलांसाठी एक वेगळे छोटे टेबल. तेथून मोठ्या माणसांचे टेबल दिसायचे. दिलखुलासपणे बोलणारा, पाहुण्यांना काय हवे-नको हे पाहणारा रसेल, संपूर्णपणे गृहस्थाच्या भूमिकेत. कॅथरीनने एक गमतीदार आठवण दिली आहे. ती म्हणते, 'एरवी आपल्या हास्य-विनोदाने वातावरण चैतन्यशील ठेवणारा रसेल, बांगडा खाताना मात्र गंभीर व्हायचा. खिशातून चश्मा काढून बांगड्याकडे बघत राहायचा. आम्हाला भीती वाटायची, बांगडा खराब वगैरे आहे की काय? पण तो चश्मा बांगड्याचे काटे पाहण्यासाठी काढलेला असायचा!' दिवस मजेत जायचे; पण सुट्टीच्या दिवसांतही सकाळी काम आणि संध्याकाळी मौजमजा हे मुलांच्या मनावर लहानपणापासून बिंबलेले. कारण रसेलचा स्वतःचा दिनक्रम त्या प्रकारचा होता.

सुट्टीच्या दिवसांत काही पेचप्रसंगही निर्माण होत. खेळतानाचा एक प्रसंग सांगितला आहे. कुंपणावर हिरवीगार कोवळी झुडपे. आजूबाजूच्या गायींना साहजिकच मोह पडायचा. आईला त्या गायींचा राग यायचा. एकदा बागेत घुसलेल्या गायीच्या अंगावर आई काठी घेऊन धावली. आसपास खेळणारा जॉन बावरला, रडू लागला. त्याला वाटले, आई आपल्यावरच रागावली. रसेल त्याची समजूत काढत होता. पुष्कळ वेळाने जॉनची समजूत पटली. जेव्हा रसेलने त्याला, 'आई गायीवर रागावली; जॉन हा काही गाय नाही' असे सांगितले तेव्हा!

मुले नाराज होऊ नयेत, त्यांच्या मनात कोणतीही भीती राहू नये यासाठी खास काळजी घ्यावी लागते. आपल्या मुलांच्या मनात लपलेल्या लहानसहान कुशंका, त्यातून निर्माण होणारी भीती नाहीशी व्हावी म्हणून रसेल त्यांना एका चिनी सम्राटाची गोष्ट सांगत असे- कधी त्याला रस्त्यातून चालणारा उंट दिसायचा, कधी अंगावर लक्तरे असलेला माणूस. तो आपल्या सेवकांना त्याच्यासबंधी प्रश्न विचारायचा. सेवक म्हणायचे, 'तुम्हाला जे दिसलं असं वाटतं, ते तेथे नाहीच आहे, महाराज!' या गोष्टीतील गर्भित अर्थ पुढे उमगला.

असा मुलांना शिस्त लावण्याचा, त्यांना भयमुक्त करण्याचा, त्यांच्यातील न्यायबुद्धी विकसित करण्याचा प्रयत्न रसेलने केला. मुलांना कोणत्याही प्रकारे त्याची स्पष्ट जाणीव न देता! पण त्याचा सर्वांत मोठा आग्रह मुलांनी स्वावलंबी व्हावे

याबद्दल होता. त्यासाठी तो काही वेळा कठोर होत असे. सुट्टीत मुले आई-वडिलांबरोबर समुद्र किनाऱ्यावर फिरायला जात. जॉनला तऱ्हेतऱ्हेचे लहान-मोठे दगडगोटे जमवण्याचा छंद होता. कधीकधी ते इतके जमत की, ते न्यायचे कसे हा प्रश्न पडे. एकदा जॉनला एक खूप अवजड दगड सापडला. तो उचलून घरापर्यंत नेणे त्याला जवळजवळ अशक्य होते; पण रसेलने हातभार लावला नाही. तो दगड घेऊन चालताना जॉन हैराण झाला होता; पण रसेल पतिपत्नीची ठाम भूमिका होती, 'तुला जर हा दगड आवडला असेल, तर तो तुझा तूच उचलला पाहिजेस.'

हा कठोरपणा होता का? होताच! आपल्याला लहानपणापासून अशी आव्हानेच स्वीकारत राहावे लागले हे कॅथरीनला नेहमीच आवडले असे नाही. पुष्कळदा आई-बापांनी लाड करावेत असे वाटते, आपल्याला मोठेपण घ्यावे असेही वाटते; पण लाड करणारे, महत्त्व देणारे गेले की, नंतर काय? म्हणून लहानपणापासूनच कोणावर अवलंबून राहू नये. स्वतःबद्दल भ्रामक कल्पना निर्माण होतील असे प्रेम स्वीकारू नये. यांतले काहीच वस्तुस्थितीला धरून नसते, हा रसेलचा विचार होता. प्रेम आणि कठोरपणा यांचे योग्य मिश्रण. कॅथरीनने या प्रकारच्या प्रेमाला 'अँटिसेप्टिक अफेक्शन' असे म्हटले आहे.

रसेलचे म्हणणे होते की, मुलांच्या या प्रशिक्षणाला अगदी त्यांच्या जन्मापासूनच सुरुवात झाली पाहिजे, कारण त्या वेळी मुलांच्या इतरांपासून कोणत्याही अपेक्षा नसतात. मूल रडले तरी, ते विनाकारण रडते आहे अशी खात्री असली तर त्याच्याकडे सरळ दुर्लक्ष करावे. लक्ष दिले तरी ते आवश्यक तेवढ्याच प्रमाणात. सहानुभूतीचे, प्रेमाचे प्रदर्शन न करता. कारण एकदा सहानुभूती मिळू लागली की, तिच्यातून एक प्रकारचे सुखही मिळू लागते. मग त्या सुखासाठी रडणे, विव्हळणे चालू होते. इतका वैज्ञानिक दृष्टिकोन. मर्ढेकरांच्या 'भावनेला येऊ दे गा शस्त्रकाट्याची कसोटी' या ओळीची येथे आठवण होते.

मुलांना अशा तऱ्हेने वाढवले तर ती भयमुक्त होतील. त्यांच्यातील दुष्टपणा, मूर्खपणा जाईल; ती सरळ, प्रांजळ, उदार, प्रेमळ, स्वतंत्र होतील. आपण जे क्रौर्य, ज्या वेदना, आपल्या आळशीपणामुळे, भित्रेपणामुळे, मूर्खपणामुळे सोसतो; त्यांना या मुलांच्या उत्साहामुळे विराम मिळेल. ही मुले घडवण्यासाठी आधुनिक ज्ञानाचा उपयोग करून घेता येईल, हे रसेलचे स्वप्न होते. सगळे लक्ष भविष्यकाळात कधीतरी निर्माण होऊ शकेल अशा निकोप पिढीवर.

ही पिढी निर्माण झाली आहे का? इतर देशांचे मला ठाऊक नाही. येथे

आजूबाजूला तरुण मुले दिसतात. एखादा आई-बापांचे बोट धरून अॅडमिशनसाठी असलेल्या रांगेत, एखादा सिद्धिविनायकाच्या रांगेत; एखादा फक्त आजूबाजूच्या स्पर्धेचा व त्या स्पर्धेत आपण कसे टिकावे याचा विचार करणारा; एखादा फक्त अस्तित्ववाद, असंबद्धता याबद्दलची पोपटपंची करणारा; एखादा आई-बापांच्या जिवावर आपला साम्यवाद मिरवणारा; एखादा सकाळी घरी येणारे वर्तमानपत्रही न वाचणारा. टी. व्ही.वर किंवा थिएटरमध्ये दाखवण्यात येणारे बरे-वाईट हिंदी चित्रपट हे बहुतेकांच्या रंजनाचे साधन. चित्रपट तरी पाहायचे किंवा ट्रॅझिस्टर खूप मोठा करून त्या चित्रपटातील गाणी तरी ऐकायची. स्टार अॅंड स्टाइलसारख्या मासिकातील गॉसिप वाचायचे. सटरफटर पुस्तके पाहायची. पैसे असतील त्यांनी अधिक मोठी व्यसने करायची. फक्त स्वतःच्या यशाचा, सुखाचा विचार. त्यासाठी चाललेली वेगवेगळ्या पातळ्यांवरील धडपड; ही नव्वद टक्के तरुणांची कहाणी. उरलेल्या दहा टक्के लोकांना कोण विचारतो?

हे पाहिले की मनात येते, या तरुणांची जीवनसरणी बदलली. ती अधिक गतिमान आहे. पोशाख वेगळा, भाषा वेगळी; पण मन? त्या मनात काही मूलभूत, चांगले बदल झाले आहेत का? ज्ञानाचा उपयोग करून घ्यायला ते शिकले आहेत का?

हे आमच्या आधीच्या पिढीने आम्हाला विचारलेले प्रश्न. आम्ही ते आजच्या पिढीला विचारतो. आजची पिढी उद्याच्या पिढीला विचारेल. हे किती काळ चालू राहणार आहे? नुसते वांझोटे प्रश्न विचारत राहणे. 'नव्या मानवा'संबंधी तात्त्विक बडबड करत राहणे; पण या पलीकडे आपण काही करू शकत नाही तेही कळते आणि फार अगतिक वाटते. अशा वेळी रसेलबद्दल वाचले की, काहीतरी आधार सापडल्यासारखा वाटतो. आपण काही रसेल नव्हे; पण आपल्याला रसेलची मुले होणे अजूनही शक्य आहे!

दुर्मिळ

फूटपाथ हे मुंबईच्या जीवनाचे एक अविभाज्य अंग आहे. विशेषतः फोर्टमधील फूटपाथ. तेथे आपल्याला लागणाऱ्या नित्याच्या वस्तूंपासून उंची, विदेशी वस्तूंपर्यंत सगळे काही मिळते. वेळ वाचतो. 'रस्तेका माल सस्तेमें' अशी एक समजूत असल्यामुळे काटकसरीचा आनंद उपभोगता येतो. या प्रकारच्या खरेदीत पुष्कळ वेळा फसवणूकही होते; पण तीही दुसरे काही नाही तरी, थोडेफार शहाणपण पदरात टाकून जाते. तऱ्हेतऱ्हेच्या मालाने हे फूटपाथ गजबजलेले असतात. भोवती अखंड गर्दी असते. कुठे कमी, कुठे अधिक; पण जेथे गर्दी तर नसतेच; पण चार-दोन माणसे दिसणेही मुश्कील असते, असाही एक फूटपाथ या भागात आहे. तो आहे सेंट्रल टेलिग्राफ ऑफिससमोर. त्या फूटपाथवर पुस्तके विकली जातात! आता तेथे गर्दी का नसते, याचे स्पष्टीकरण देण्याची गरज नाही!

मी रोज तो फूटपाथ ओलांडून कॉलेजला जाते. बहुतेक वेळा उशीर झालेला असतो, कामे खोळंबलेली असतात. फूटपाथवर रेंगाळायला सवड नसते. तरीही जाताजाता तेथे दाटीने मांडून ठेवलेल्या जुन्या-नव्या पुस्तकांकडे एक धावता दृष्टिक्षेप टाकल्याखेरीज राहवत नाही. कधी सवड मिळतेही. अशा वेळी ती पुस्तके नुसती पाहताना अर्धा-पाऊण तास कसा निघून जातो ते समजत नाही. त्यातली काही फूटपाथवर नेहमी उपलब्ध असलेली पुस्तके असतात, काही अचानक दिसतात. त्यातले एखादे तुम्हाला हवे असलेले आणि तुमच्याकडे नसलेले निघाले तर होणारा आनंद 'ब्रह्मानंदसहोदर' असतो.

मागे एकदा मी 'अ ब्रिज फॉर पासिंग' या पुस्तकाबद्दल लिहिले होते. ते पुस्तक वाचल्यापासून ते आपल्याजवळ असावे असे वाटत होते. मी जाता-

येता फूटपाथवरील पुस्तकांकडे नजर टाकायची. पर्ल बकची इतर अनेक पुस्तके तेथे असायची. हे मात्र कधी दिसले नाही. दुर्मिळ पुस्तकांसाठी समस्त ग्रंथप्रेमी मुंबईकर ज्यांच्याकडे नेहमी धाव घेतात, अशा दोन व्यक्ती म्हणजे शा. शं. रेगे आणि एम. जे. मणेरीकर. दोघेही पुस्तकांवर जिवापाड लोभ करणारे, चौफेर वाचन असणारे प्रसिद्ध ग्रंथपाल. मणेरीकर तर स्वतःला 'व्हाइस चॅन्सलर ऑफ द फूटपाथ युनिव्हर्सिटी' असं गमतीने म्हणतात! या दोघांना ते पुस्तक मिळाले नाही तेव्हा मात्र मी निराश झाले; नाद सोडून दिला आणि एक दिवस अचानक मला 'अ ब्रिज फॉर पासिंग'च्या दोन प्रती मिळाल्या. एक देऊन टाकली, दुसरी कोणीतरी हरवली!

दुसऱ्या एका पुस्तकामागे तर योगायोगाचाच भाग होता. ते पुस्तक गट्र्यूड स्टाइनचे. आपल्या ऑलिस बी. टोक्लास या सोबतिणीने ते लिहिले आहे, असे लेखिकेने भासवले आहे. पुस्तकाचे नाव आहे ऑटोबायॉग्राफी ऑफ ऑलिस बी. टोक्लास; पण ते खरे आहे गट्र्यूडचेच आत्मचरित्र. आदल्याच दिवशी आम्ही अमेरिकन सेंटरमध्ये या पुस्तकावर आधारलेला चित्रपट पाहिला. ते पुस्तक वाचले पाहिजे, असे म्हणत घरी गेले आणि दुसऱ्या दिवशी वसुधाला ते फूटपाथवर मिळाले. पुस्तक घेऊन जवळजवळ नाचतच ती कॉलेजात आली! फूटपाथ व जुन्या पुस्तकांची दुकाने नियमितपणे धुंडाळून ग्रंथसंग्रह वाढवणारे असंख्य ग्रंथप्रेमी आहेत. ते एकमेकांना भेटले की, पुस्तकांवर तर बोलतातच; पण ती कशी, कुठे मिळाली यावरही त्या संभाषणात विविध मनोरंजक अनुभवांचे कथन होते. रेगे-मणेरीकरांजवळ असे अनुभव शेकड्यांनी असतील!

मणेरीकरांचा एक अनुभव मीच सांगते. कारण त्या अनुभवाशी माझाही थोडाफार संबंध आहे. डॉ. रा. भा. पाटणकरांना काही कामासाठी रेनॉल्डसच्या कादंबऱ्या हव्या होत्या. त्यांनी दोन-तीन खात्रीच्या ग्रंथालयांत पाहिले. तेथे रेनॉल्डस् नव्हता. कोणाच्या खासगी संग्रहात तो असण्याचा संभव आहे, असे वाटून त्यांनी कोणाकोणाकडे हे बोलून ठेवले. त्यांत आम्हीही होतो. राजाध्यक्षांनी एक-दोन पुस्तके वाचलेली होती. त्यातले 'द मिस्टरीज ऑफ द कोर्ट ऑफ लंडन' हे गाजलेले. श्रीमंतांचे खुशालचेंडू जीवन आणि त्यातील अनैतिकता हा या कादंबरीचा विषय. तिचे 'लंडन येथील बड्या लोकांची गुप्त कृत्ये' हे भाषांतर झाले आहे. हरिभाऊंनी 'मधली स्थिती' ही कादंबरी लिहिताना रेनॉल्डसच्या याच कादंबरीचा आधार घेतल्याचे त्यांनी स्वतःच प्रस्तावनेत नमूद केले आहे; पण ही कादंबरी मुळातून कितीजणांनी पाहिली आहे कोण जाणे.

वास्तविक रेनॉल्डस् हा हरिभाऊंच्या काळातील लोकप्रिय लेखक होता. त्याने छप्पन्न कादंबऱ्या लिहिल्या आहेत. त्यातील काहींची मराठीत भाषांतरे झालेली

आहेत. मद्रासच्या हिगिन्स बॉथम या इंग्लिश कंपनीतर्फे त्याच्या पुस्तकांच्या आवृत्त्या निघत आणि त्यांची किंमत सहा पेन्सपासून दीड शिलिंगापर्यंत असे. छपाई अगदी बारीक, दोन स्तंभांत; त्यामुळे डोळ्यांना त्रास; पण तरीही लोक आवडीने वाचत कारण ब्रिटिश समाजाची एक वेगळी, विपरीत बाजू त्याच्या पुस्तकांत रंगवलेली होती. ती वाचताना 'एतद्देशीय' वाचकांना थोडाबहुत दुष्ट आनंद मिळे. दुसरे असे की, सर वॉल्टर स्कॉट, हेन्री वुड, विल्की कॉलिन्स या आपल्या समकालीन लेखकांच्या मानाने रेनॉल्डस् हा अधिक 'मसालेदार' लेखक होता. (गुप्त कृत्ये म्हटली की, मसाला आलाच!) स्कॉटच्या कादंबच्या ऐतिहासिक, हेन्री वूड, विल्की कॉलिन्स यांच्या कादंबच्यांना उपदेशाची झालर; त्यामुळे वाचकांना त्या सपक वाटल्या यात नवल नाही. त्या प्रकारचे लेखन मराठीतही होतेच की! म्हणून रेनॉल्डस् आकर्षक वाटला. त्याला असणारी मागणी लक्षात घेऊन हिगिन्स बॉथमने त्याच्या पुस्तकांच्या देशी आवृत्त्या काढल्या. त्यांची मराठीत भाषांतरे झाली. 'द मिस्टरीज ऑफ द कोर्ट ऑफ लंडन' या आठ भागांतील पुस्तकाचे संक्षिप्त भाषांतर झाले. तसे 'मिस्टरीज ऑफ लंडन' या दोन भागांतील पुस्तकाचेही. पहिल्याची जी दोन-तीन भाषांतरे झाली, त्यांतील एकाचे नाव 'लंडन रहस्य' आणि भाषांतरकार गोविंद बल्लाळ देवल!

अशा या रेनॉल्डसुला बिटिशांनी मात्र फारसे मानले नाही. अमीर-उमरावांविरुद्ध इतक्या स्पष्टपणे, भेदकपणे लिहिणारा रेनॉल्डस् त्यांना प्रस्थापितांविरोधी वाटला. व्हिक्टोरियन प्रवृत्तीच्या वाचकांनी त्याला वाळीत टाकले. परिणाम असा की, इंग्रजी वाङ्मयेतिहासात रेनॉल्डसुला स्थानच नाही. त्याची पुस्तके येथे सत्तर-ऐंशी वर्षांपूर्वी मिळत होती; पण आता कुठे मिळणार? म्हणूनच राजाध्यक्ष पाटणकरांना म्हणाले, 'चौकशी करतो; पण कठीण आहे!'

चौकशीची ठिकाणे ठरलेली. रेगे म्हणाले, 'ग्रंथालयात मिळणे कठीण आहे. पण पाहू...' ते पाहणार म्हणजे धोबीतलाव, काळबादेवी, महंमदअली रोड इत्यादी ठिकाणी असणाऱ्या जुन्या पुस्तकांच्या दुकानांत. त्यांनी तसा थोडाफार शोध घेतलाही होता. याचे कारण, डॉ. जयंत नारळीकरांना रेनॉल्डसुची 'केनेथ, अरोमॅन्स ऑफ द हायलँडस्' ही कादंबरी हवी होती. ती त्यांना लंडनला मिळाली; पण अपूर्णावस्थेत. त्यांचे कुतूहल जागृत झाले; आपण यासारखे काहीतरी मराठीत वाचले आहे, असे एकसारखे वाटत राहिले. ते बरोबरच आहे. नारळीकरांनी लहानपणी ही भाषांतरे पाहिली असणार कारण ती विपुल आहेत, ('यक्षाची

देणगी'च्या जरा जुन्या भाषेला तो वास आहे!) म्हणूनच नारळीकरांनी रेग्यांना फोन केला होता.

आम्ही रेग्यांप्रमाणेच मणेरीकरांकडेही बोलून ठेवले. त्यांच्याकडे बोलताना माझ्या मनात असेही येऊनही गेले की, रेनॉल्डस् कदाचित त्यांच्याच संग्रही असण्याचा संभव आहे. कारण त्यांचा संग्रह हा एक अजबखानाच आहे. एखाद्या पुस्तकाबद्दल बोलावे आणि मणेरीकरांनी ते आणून द्यावे, तेही 'ठेवून द्या तुमच्याकडेच!' असे सांगून; हे कित्येकदा घडलेले. कारण मणेरीकर हा दुसऱ्यांसाठी जगणारा, देण्यात विलक्षण आनंद मानणारा माणूस आहे. रेनॉल्डसचे नाव ऐकताच त्यांनी उत्सुकतेने विचारले, 'कोणाला हवा आहे?'

हे बोलणं झाल्यानंतर तीन-चार दिवसांतच, एका संध्याकाळी मणेरीकर आमच्याकडे हजर. हातांत एक जाडजूड पार्सल. चेहरा घामाघूम. पार्सल माझ्या हातांत देत ते म्हणाले, "रेनॉल्डस् हवा होता ना? हा घ्या.'' मी स्तिमित! मणेरीकर सांगू लागले, "ग्रँटरोडला एक दुकान आहे, तिथं गेलो. तो प्रथम नाहीच म्हणाला. त्याला काय ठाऊक? शेवटी मीच पुस्तकांची उलथापालथ करायला सुरुवात केली. खूप वेळ शोधलं. शेवटी वर कुठंतरी हा गठ्ठा सापडला. चांगल्या दहा-बारा कादंबऱ्या!' मणेरीकर खुशीत हसले आणि त्यांनी टाळीसाठी हात पुढे केला. 'अन् या सगळ्या कादंबऱ्यांची किंमत काय असेल म्हणता? अवघी वीस रुपये!' (आणि त्या टॅक्सीने आमच्याकडे आणून पोहोचविण्यासाठी मणेरीकरांनी स्वतःचे जवळजवळ तेवढेच पैसे खर्च केले असणार!) मी लगेच पाटणकरांना फोन केला. त्यांनाही आश्चर्य वाटले. त्यानंतर काही दिवस तो गठ्ठा आमच्याकडे पडून होता. मी अधूनमधून वाचण्याचा प्रयत्न करत होते; पण इतकी बारीक छपाई वाचणे अशक्यच होते. पाटणकरांनाही तीच अडचण जाणवली असावी. कारण ती पुस्तके त्यांनी पुढे कोणत्या तरी ग्रंथालयाला देऊन टाकली. जवळ ठेवून तरी काय करणार?

ती पुस्तके जवळ राहिली नाहीत; पण ती संध्याकाळ मात्र लक्षात राहिली! त्या दुकानात मणेरीकरांचे तीन-चार तास सहज मोडले असतील. पुस्तके शोधून काढताना, आमच्या घरी आणताना श्रम झाले असतील; पण या माणसाच्या चेहऱ्यावर मात्र कोणालातरी हवी असलेली पुस्तके आपण शोधून देऊ शकलो, याबद्दल फक्त आनंद! तेच रेग्यांचे. आपण नुसते विचारायचे. अजिबात कंटाळा न करता आपल्याला हव्या असलेल्या माहितीच्या दुप्पट माहिती ते देतात. रेगे सिद्धार्थ कॉलेजातून निवृत्त झाल्यावर कोणीतरी म्हणाले, "आता आपलं कसं

होणार?'' असे हे ग्रंथपाल!

तो फूटपाथ ओलांडून पलीकडे जात असताना माझ्या मनात या आठवणी असतात. वाटते, आपल्याला आजवर काही दुर्मिळ पुस्तके येथे मिळाली असतीलही; पण तो केवळ योगायोग! त्या पुस्तकांचे खरे कंत्राट आणि नातेही आहे ते मणेरीकर-रेग्यांशी. आपण त्या पुस्तकांच्या दुकानात गेलो असतो, तरी रेनॉल्डस् आपल्याला नसता सापडला. तो एखाद्या मणेरीकरांचीच जणू वाट पाहत होता. दुर्मिळ पुस्तके दुर्मिळ माणसांनाच लाभतात!

अक्षर साहित्य

'अवती भवती' सुरू होऊन वर्ष झाले. ते लिहिण्याचे ठरवले, तेव्हा मनात काही शंका होत्या. नवेनवे सुचत राहील का? दर पंधरा दिवसांनी एक लहानसा का होईना, लेख लिहिण्याइतकी सवड आपल्याला मिळेल का? आपण संपादकांची अडचण तर करणार नाही? हळूहळू त्या शंकाच ठरल्या. लेखन अंगवळणी पडू लागले. त्यात जीव गुंतू लागला. लेख लिहायचा, तो आमचे स्नेही ना. व्यं. देशपांडे यांच्याकडे पाठवायचा आणि त्यांनी तो ऑफिसच्या समोर असलेल्या सरदारगृहातील केसरी ऑफिसमध्ये पोहोचवण्याची व्यवस्था करायची, हेही ठरून गेले. तरीही 'केसरी'चा अंक येईपर्यंत धाकधूक वाटत राहायची. एकदा तो लेख छापील स्वरूपात पाहिला की, पुढचे आठ दिवस मन निश्चिंत! केसरी वाचून झाला की, लेख असलेले पान फाडून घ्यायचे आणि एका मोठ्या पाकिटात घालून कपाटात ठेवून घ्यायचे हेही ठरून गेलेले. म्हणजे एकूण कारभार बराच शिस्तीचा.

यामागे, अर्थातच आपले हस्तलिखित हरवेल की काय, अशी खुळी भीती. ती बऱ्याच लेखकांच्या मनात असते, असे मला आढळून आले आहे. या भीतीपोटी, आपण लिहिलेल्या प्रत्येक कागदाची कार्बन कॉपी स्वतःजवळ ठेवणारे लेखक मी पाहिले आहेत. काही लेखक आपल्या लेखांच्या स्वतंत्र प्रती तयार करतात. काहीजण त्यात फार वेळ जातो म्हणून आपले लेखन ध्वनिमुद्रित करून ठेवतात. हे भीतीपेक्षाही स्वतःच्या लेखनाविषयी असणाऱ्या अतिरिक्त कौतुकापोटी सहसा होत असावे! ही जातच निराळी! त्यांच्याकडे स्वतःचे लेख, कात्रणे, पुस्तके हे तर व्यवस्थित संभाळलेले असतेच; पण त्यांच्यासंबंधी 'लिहून आलेला मजकूर'सुद्धा!

मी कधी या जातीत समाविष्ट झाले नाही. मनात थोडी भीती असूनही कधी

लिहिताालिहिता कार्बन कॉपी काढली नाही, प्रत जवळ बाळगली नाही किंवा कात्रणेही फार आस्थेने संभाळली नाहीत. याचे कारण, आपले लेख किंवा कथा हरवल्या तर मराठी साहित्याचे काहीही नुकसान होणार नाही हे समजण्याइतकी विनोदबुद्धी माझ्यापाशी आहे. त्यातून महत्त्वाचे म्हणजे असल्या गोष्टींविषयी संपूर्ण उदासीन, बेफिकीर असणारी लेखक मंडळीही मी पाहिली आहेत. एक उदाहरण आमच्या घरातच आहे! दुसरे उदाहरण मे. पुं. रेग्यांचे. त्यांच्या पुस्तकासाठी म्हणे कात्रणांची जमवाजमव प्रकाशक करत होते. रेग्यांजवळ कात्रणे नव्हती; त्यामुळे त्यांचे लेख असलेले जुने अंक शोधणे वगैरे खटाटोप. रेग्यांच्या कागदपत्रांची आशाळभूत तपासणी. त्यात कोणाला तरी कात्रणांचा एक गठ्ठा मिळाला. त्याने आनंदून प्रकाशकांना फोन केला, रेग्यांचे सगळे लेख मिळाले! पण नंतर त्याच्या लक्षात आले की, ती त्यांच्या एकाच लेखाची कात्रणे होती!

पण इतकी स्थितप्रज्ञता अंगी बाणवणे ही काही सोपी गोष्ट नाही. म्हणून तर हस्तलिखिताविषयी वाटणारी भीती. माझ्या दोन-तीन कथांची हस्तलिखिते एकदा हरवली होती; पण ती काही तासांपुरती. पुण्याला 'इंटरनॅशनल'कडे पाठवली होती. संपादकांनी कथा न्यायला जासूद पाठवले तेव्हा त्या कथा तेथे सापडेनात. हे मला मुंबईला कळल्यावर माझी उलघाल. दोन-अडीच तासांतच हे वादळ शमले; पण ती तडफड आठवली की वाटते, ज्यांची हस्तलिखिते कायमची हरवतात त्या लेखकांचे काय होत असेल?

ना. सी. फडक्यांविषयी ऐकलेल्या एका कथेची आठवण होते. पाच-एक वर्षापूर्वी 'अल्ला हो अकबर!' या त्यांच्या पहिल्या कादंबरीचे पुनमुर्द्रण झाले. त्यासाठी त्यांनी दोन-अडीचशे पानांची प्रस्तावना लिहून प्रकाशक श्री. पंडितराव कुलकर्णी यांच्या हाती दिली. ती घेऊन स्कूटरवरून आनंदात ते घरी निघाले होते. वाटेत कोठेतरी ते थांबले. तेवढ्यात ते हस्तलिखित कोणीतरी लांबवले! आता फडक्यांना तोंड कसे दाखवायचे, या विचाराने कुलकर्ण्यांची झोप उडाली. त्यांनी वर्तमानपत्रातून जाहिरात केली; पण व्यर्थ! शेवटी सर्व धैर्य एकवटून त्यांनी हे वृत्त फडक्यांच्या कानांवर घातले. फडके थोडे अस्वस्थ झाले; पण थोडेच आणि त्यांनी पुन:श्च बसून सबंध प्रस्तावना पुन्हा लिहून काढली. ती सहीसही मुळाप्रमाणे होती म्हणे!

सुधाकर गायधनी यांच्या 'देवदूत' या काव्याचे हस्तलिखित असेच हरवले. इचलकरंजीच्या साहित्य संमेलनाहून मुंबईकडे येत असताना गाडीत त्यांना डुलकी

लागली आणि 'देवदूत'चे हस्तलिखित असलेली ब्रीफकेस चोरीला गेली. मनस्ताप झाला; पण मित्रांच्या प्रोत्साहनामुळे गायधनींनी ते सबंध काव्य नव्या रूपात लिहून काढले. अशी आणखीही काही उदाहरणे आठवतात.

ती हरवलेली हस्तलिखिते पुढे कधी मिळाली तर त्यांचे लेखकांच्या, इतरांच्या लेखी काय मोल असेल? आणखी चार-पाच शतकांनंतर मिळाली तर मग त्यांच्याबद्दल चक्क संशोधनच! तेव्हाही कोणी कोलते-ढेरे असणारच की! चेष्टा सोडा; पण तेच लेखन दुसऱ्यांदा करताना कोणकोणते बदल होत असतील? ती निर्मितिप्रक्रिया काही वेगळ्या स्वरूपाची असेल का? उपलब्ध हस्तलिखितावर संस्कार करणे वेगळे आणि ते पूर्णपणे नव्याने लिहून काढणे वेगळे. कवितेत एका शब्दाचा बदल झाला तरी ती एक वेगळीच कविता होते, असे म्हणणारे समीक्षक आहेत. मग सगळेच वेगळे लिहून काढल्यावर काय? प्रत्यक्ष करून पाहिल्याखेरीज कळणार नाही; पण ते सोपे नाही, म्हणून नकोच ते हरवणे आणि पुनर्लेखन. संशोधकांपुढे व समीक्षकांपुढे आपण कशाला आणखी कूटप्रश्न निर्माण करायचे? त्यापेक्षा आधीच काळजी घेतलेली बरी!

त्यासाठी ते हस्तलिखिते, कात्रणे जपणे वगैरे; पण एकदा घोटाळा झालाच. त्याचे असे झाले, चौदा सप्टेंबरला आमच्या कॉलेजतर्फे पु. ल. आणि सुनीता देशपांडे यांचा 'मर्ढेकरांची कविता : एक वाचन' हा कार्यक्रम झाला. नंतरच्या दोन-तीन दिवसांत कधीतरी के. ज. पुरोहित आले होते. तोच विषय निघाला. मी त्यांना बोलता बोलता म्हटले, ''मी त्या कार्यक्रमासंबंधी केसरीत लिहिलं होतं.'' ते म्हणाले, ''कुठे आहे, पाहू द्या!'' मी निघण्याच्या घाईत ते कात्रणांचे पाकीट काढले, तो लेख पुरोहितांना दिला आणि उरलेले लेख परत कपाटात न ठेवताच घराबाहेर पडले. दुसऱ्या दिवशी पुरोहितांनी लेख परत केला. तो इतर लेखांबरोबर ठेवावा म्हणून कपाट उघडले तर ते पाकीटच कोठे नाही! सगळीकडे शोधले; पण व्यर्थ. कोठे गेले असतील इतके कागद? नंतर आठवले, आदल्या दिवशी मी घराबाहेर पडल्यावर रद्दी विकण्याचा कार्यक्रम झाला होता. आमच्या बाईने इतर रद्दीत हेही कागद घातले का? तिला निश्चित काही सांगता येईना. इकडे मी अस्वस्थ, बिथरलेली. कॉलेजात जाण्याची घाई होती; पण म्हटले, या प्रश्नाची आधी वासलात लावली पाहिजे. तशीच उठून रद्दीवाल्याकडे गेले. तो नव्हता. त्याचे एक-दोन नोकर दुकानात काम करत होते. मी त्यांना कळवळून माझ्यावर ओढवलेल्या या आपत्तीबद्दल सांगितले. त्यांच्यावर काही परिणाम नाही. ते गुजराती; त्यामुळे आणि माझ्या खास हिंदीमुळे, त्यांना काय ते नीटसे

समजलेही नसावे! त्यांनी एकच प्रश्न केला, ''कधी विकली रद्दी?'' ''काल'' माझे हताश उत्तर. ''कालची रद्दी केव्हाच पाठवून दिली मस्जिद बंदरला!'' त्यांचे थंड प्रत्युत्तर. मी मालकाला चिट्ठी लिहून ठेवली. फोन नंबरही दिला. याप्लीकडे काही करणे शक्य नव्हते. तशीच चरफडत कॉलेजला गेले.

मी गेल्यावर जे घडले ते असे : रद्दीवाला मालक दुकानात आला. त्याने माझी चिट्ठी वाचून घरी फोन केला. घरी वातावरण तंग होते. त्याला तो अंदाज आला असावा. सगळी नीट चौकशी करावी म्हणून तो घरी आला. आमच्या बाईने पुरोहितांकडून परत आलेल्या अंकातील माझा फोटो दाखवून म्हटले, ''बघ, असा फोटो असलेले सगळे कागद आहेत...'' त्याला तेवढी खूण पुरेशी होती. तो आमच्या बाईला घेऊन दुकानात गेला. तेथे दोघांनी उलथापालथ करून सगळे कागद शोधून काढले. कॉलेजात मला ती सुवार्ता कळवण्यात आली, 'सगळे अंक सापडले!' मी हर्षभरित. अर्थात ते मिळाल्याचे कळेपर्यंत मी मुंबईच्या आणि पुण्याच्या केसरी ऑफिसला फोन केले होते. अकलूजकरांना पत्र लिहून टाकले होते. आता पुन्हा 'अंक मिळाले' हे कळवण्यासाठी आणखी एक पत्र. अकलूजकरांनी माझे पहिले पत्र मिळताच लिहिलेल्या उत्तरात, सगळे अंक शोधून पुन्हा पाठवण्याचे आश्वासन दिले होते आणि शेवटी एक वाक्य लिहिले होते, 'इतके सगळे अंक गेले, याचे मात्र आश्चर्य वाटते!' त्यांचे बरोबरच होते. ते तीन अंक पाठवतात. त्यातला एकही व्यवस्थित ठेवण्याची मला अक्कल असू नये? असो. अंक मिळाले आणि त्या तीन-चार तास चाललेल्या नाट्याला पूर्णविराम मिळाला.

पण मुद्दा तो नसून. रद्दीच्या दुकानात मी पाहिलेले दृश्य हा आहे. घरी रद्दीला कोण विचारतो? कशीबशी कुठेतरी कोंबलेली असते. दुकानात मात्र सगळे गठ्ठे व्यवस्थित बांधलेले. त्यांचे इंग्रजी व मराठी असे ढोबळ वर्गीकरण (इंग्रजी रद्दीला भाव अधिक हेही दरांच्या पाटीवर स्पष्ट केलेले.) गठ्ठेच गठ्ठे. ते दाखवून नोकराने म्हटले होते, ''इतक्या गठ्ठ्यांमध्ये कुठे शोधणार तुम्ही तुमचे पंधरा-वीस कागद?' मलाही ते पटले होते. मालक म्हणाला, ''आम्ही हे गठ्ठे मस्जिद बंदराला पाठवतो. इंग्रजी पेपर्स ताबडतोब जातात. हे मराठी कागद होते, म्हणून मागे राहिले. त्यांचा पॅकिंगखेरीज कशाला उपयोग होत नाही...'' (याला म्हणतात प्रतीकात्मक बोलणे!) एरवी इंग्रजी-मराठीतील हा भेदभाव मला आवडला नसता; पण त्या प्रसंगी, तो माझ्या पथ्यावर पडला! मनात आले, आपले काम जेथे संपते, त्या बिंदूपासूनच दुसऱ्या कोणाचे तरी काम सुरू होते. त्या कामाचीही काही योजना, व्यवस्था असते. आपल्याला याचा काही पत्ताच नसतो. आपण

फक्त घर स्वच्छ झाले, रद्दीचे थोडे पैसे मिळाले या आनंदात! आपली रद्दी हे दुसऱ्या कोणाचे तरी साहित्य-मटेरियल असते, हा साक्षात्कार झाला.

रद्दी आणि साहित्य यांच्यातील सनातन परस्परसंबंधांवर यामुळे आणखी थोडा प्रकाश पडतो का? असे साहित्य कोणते की, जे रद्दीच्या दुकानांतही साहित्यच राहते? अशी कोणती पुस्तके की, जी जुन्या पुस्तकांच्या, रद्दीच्या दुकानांत मिळताच मर्मज्ञांच्या तोंडून आनंदाचे चीत्कार बाहेर पडतात? ते खरे अक्षर साहित्य! मराठीतील किती लेखक इतके भाग्यवान आहेत? मी नाही, एवढेच मला ठाऊक आहे; पण ही जाणीवही काही कमी महत्त्वाची नाही. ती ठेवून लिहीत राहिले की, कधीकधी बऱ्यापैकी लिहिता येते. त्यातले थोडे पुढे-मागे 'अक्षर' ठरेल अशा आशेसह! विंदा करंदीकरांच्या एका कवितेतील ओळीत काही शब्दांचा बदल करून सांगायचे झाले तर, 'शब्दात आजच्या या, रद्दी असे उद्याची, आशा चिरंतनाची इतुकीच ताणते मी!'

www.ingramcontent.com/pod-product-compliance
Lightning Source LLC
Chambersburg PA
CBHW051851130726

47987CB00002B/775